ഡ്രാക്കുള പ്രണയിക്കുന്നു

drakkula pranayikkunnu
stories

●

brindha

●

first edition
february 2014

●

second impression
january 2021

●

typesetting & published
chintha publishers, thiruvananthapuram

●

printed
repro india ltd, mumbai

●

cover
midas

●

വിതരണം

ദേശാഭിമാനി ബുക്ക് ഹൗസ്

H O തിരുവനന്തപുരം–695 035
phone: 0471-2303026, 6063026
www.chinthapublishers.com
chinthapublishers@gmail.com

ബ്രാഞ്ചുകൾ

ഹെഡ്ഡാഫീസ് ബ്രാഞ്ച് കുന്നുകുഴി • സ്റ്റാച്യു തിരുവനന്തപുരം • കെ എസ്
ആർ ടി സി ബസ് സ്റ്റേഷൻ ആലപ്പുഴ • കെ എസ് ആർ ടി സി ബസ്
സ്റ്റേഷൻ എറണാകുളം • മച്ചിങ്ങൽ ലെയ്ൻ തൃശൂർ • ഐ ജി റോഡ് കോഴി
ക്കോട് • മാവൂർ റോഡ് കോഴിക്കോട് • എൻ ജി ഒ യൂണിയൻ ബിൽഡിങ്
കണ്ണൂർ • സെൻട്രൽ ബസ് ടെർമിനൽ കോംപ്ലക്സ് താവക്കര കണ്ണൂർ

CO - 2039 / 3423
ISBN - 978-93-83432-63-9

ഡ്രാക്കുള പ്രണയിക്കുന്നു
(കഥകൾ)

ബൃന്ദ

ചിന്ത പബ്ലിഷേഴ്സ്
തിരുവനന്തപുരം-695 035

ബൃന്ദ

പുനലൂർ സ്വദേശം. കവിയും കഥാകാരിയും.
തീക്കുപ്പായം, പ്രണയജാലകം (കവിതകൾ) എ അയ്യപ്പൻ –
നരകത്തിന്റെ വിശുദ്ധകവിത, ഓർമയുടെ മുനമ്പങ്ങൾ
എന്നിവയാണ് പ്രധാന കൃതികൾ. *തീക്കുപ്പായ*ത്തിന് 2011 ലെ
ഏറ്റവും മികച്ച കവിതാസമാഹാരത്തിനുള്ള സംസ്ഥാന
ബാലസാഹിത്യ ഇൻസ്റ്റിറ്റ്യൂട്ട് അവാർഡ് ലഭിച്ചു. കൂടാതെ
വി ബാലചന്ദ്രൻ സ്മാരക കവിതാ അവാർഡ്, പായൽ
ബുക്സ് സാഹിത്യ പുരസ്കാരം, പ്രചോദ കഥാപുരസ്കാ
രം, കലാപ്രതിഭാ പുരസ്കാരം, ബാലാമണിയമ്മ കവിതാ
അവാർഡ്, പച്ചമഷി പുരസ്കാരം എന്നിവ ലഭിച്ചിട്ടുണ്ട്.

വിലാസം : ജുനാ മഹൽ
പ്ലാച്ചേരി പി ഒ
പുനലൂർ–691 331
ഫോൺ : 9847069755

ഉള്ളടക്കം

പ്രസാധകക്കുറിപ്പ്

പുതുകവിതയും കഥയും ബൃന്ദയുടെ വഴിയാണ്. കഥ ഒരു സ്വകാര്യ പ്രണയംപോലെയാണെന്നും കവിതയിൽ ചെയ്യാനാവാത്തതൊക്കെയും കഥയിൽ ചേർത്തു വയ്ക്കുന്നു വെന്നും ബൃന്ദ പറയുന്നു. കഥയുടെ സാമ്പ്രദായിക ആഖ്യാ നങ്ങളെ നിരാകരിക്കുന്നവയാണ് ബൃന്ദയുടെ എല്ലാ കഥ കളും. വായനയുടെ അനുഭൂതി കേവലാഹ്ലാദത്തിനപ്പുറ ത്തേക്കു പരത്തുന്ന കഥകൾ.

ചിന്ത പബ്ലിഷേഴ്സ്

ജ്യാമിതീയരൂപങ്ങൾ

കഥ എനിക്ക് ഒരു സ്വകാര്യ പ്രണയംപോലെയാണ്. കവിതയിൽ ചെയ്യാനാകാത്തതൊക്കെയും കഥയിൽ ചേർത്തുവയ്ക്കുന്നു എന്നുപ റയാം.

'മത്സ്യഗന്ധി'യിലെ മീൻകാരിയെ എനിക്കറിയില്ല. പക്ഷേ, കൈ നിറയെ പലനിറത്തിലുള്ള വളകളണിഞ്ഞ്, തിരുപ്പൻവച്ച് പിന്നിനീട്ടിയ മുടിക്കെട്ടിൽ മുല്ലപ്പൂ ചൂടി, സാരി ഭംഗിയായി ഞൊറിഞ്ഞുകുത്തി വരാ റുള്ള ഒരു മീൻകാരിയെ അറിയാം. മീൻകുട്ടയിൽനിന്ന് മീൻവെള്ളം ഊറി മുടിയിലാകെ പരക്കും. മുല്ലപ്പൂമണവും മീൻമണവും കൂടിക്കുഴയും. അവ രിപ്പോൾ ജീവിച്ചിരിപ്പില്ല. അവരുടെ ശിരോസമുദ്രത്തിൽ മീനുകൾ തിമിർ ത്തിരുന്നു. ഓരോ കഥയെഴുതുമ്പോഴും ഞാനതിലെ ഏതെങ്കിലുമൊക്കെ കഥാപാത്രമായി സ്വയം രൂപപ്പെടാറുണ്ട്. 'മത്സ്യഗന്ധി' എഴുതുമ്പോൾ ഞാനൊരു പുരുഷനായി മാറി. അത്രയ്ക്ക് ഞാനവളെ പ്രണയിച്ചിരുന്നു. കള്ളിക്കൈലി ഉലയാതെ ഭംഗിയില്ലാമേനിയുമായി ഇടിമിന്നൽപോലെ അവളെത്തുമ്പോൾ ഞാൻ കണ്ണാടിയിൽ മുഖം നോക്കി. മേനി മുഴുപ്പു കൾക്കപ്പുറത്തേക്ക് പുരുഷനെ ലഹരിപിടിപ്പിക്കുന്ന പലതും പെണ്ണി ലുണ്ട്.

ഡ്രാക്കുള കഥയിലെ മുത്തശ്ശിക്ക് വിദൂരത്തിൽ എന്റെ അമ്മമ്മയുടെ ഛായയുണ്ട്. മച്ചിൻപൊത്തിലൊളിച്ചിരുന്ന വവ്വാലുകളെ അവർ നീണ്ട കമ്പുകൊണ്ട് അടിച്ചുവീഴ്ത്തുമായിരുന്നു. പിന്നീട് അമ്മമ്മ തനിച്ചു പാർക്കും കാലത്ത് അവിടത്തെ ഇരുട്ടുമുറിയിൽനിന്നും ചത്തുണങ്ങിയ ഒമ്പത് എലികളെ എന്റെ പപ്പ കണ്ടെടുത്തു. മുറിയിൽ ചിലന്തിവലകളും പൊടിമണവും അല്ലാതെ മറ്റൊരു ഗന്ധവും ഉണ്ടായിരുന്നില്ല.

വിവാഹിതർക്കിടയിലെ പ്രണയം നിശ്ശബ്ദമായ ഉടമ്പടിയാണ്.

സ്വന്തമാക്കലുകൾക്കപ്പുറത്തേക്ക് മൃദുവായ നദീയാത്രയാണത്, ശാന്ത മായ ആത്മത്യാഗവും. ശരിക്കും, അവർക്കിടയിൽ പ്രണയം മാത്രമേ യുള്ളൂ. ഞാൻ പ്രണയത്തെ ഗാഢമായി ചുംബിക്കുന്നു. ഉന്മത്തതയുടെ വാവൽ നൃത്തങ്ങൾകൊണ്ട് പ്രണയത്തെ സജീവമാക്കുക.

പൂച്ചയും കോലിയും സിംഹവും ഉണക്കമെരങ്ങളുമൊക്കെ എന്റെ സഞ്ചാരങ്ങളുടെ ഭൂപടത്തിൽ ജീവിതത്തിന്റെ അടയാളപ്പച്ചകൾ നൽകുന്നു. മദ്യപ്പമ്മലുകളും മാദകപ്പമ്മലുകളും ഒക്കെച്ചേർന്ന് പൂച്ചയി ങ്ങനെ ഭൂമിയറിയാതെ നടന്നുവരുന്നു.

കോലിക്കഥയെഴുതുമ്പോഴായിരുന്നു ആകെ രസം. അതിലെ ചില ഫാന്റസികൾ എന്റെ ഗൗതമിനോട് പറഞ്ഞിരുന്നു. പിന്നീട് സ്കൂൾ വിട്ട് വരുമ്പോൾ അവൻ ആദ്യം ചോദിക്കുക കോലിയെക്കുറിച്ചായിരുന്നു. കോലി ഞങ്ങൾക്കിടയിലെ ജീവിക്കുന്ന കഥാപാത്രമായി. ഒടുവിൽ പ്രേമികമാരുടെ കാര്യങ്ങളൊഴികെയുള്ളവ ഞാൻ വായിച്ചു കേൾപ്പിച്ചു.

ചുവന്നവാതിലിലെ അഡ്വക്കേറ്റിന് എന്റെ സഹോദരനായ അഡ്വ. ബ്യൂനേഷിന്റെ ഛായയുണ്ട്. ആസിഡ് ബൾബുകൾ എറിഞ്ഞ് ശത്രു ക്കളെ ഫ്രീയായി തുരത്തിത്തരാം എന്ന ഓഫർ കൊടുത്തത് അവന്റെ ഒരു കക്ഷി തന്നെയാണ്.

സിംഹക്കഥയിലെ, വംശത്തിന്റെ യുദ്ധഗാഥകളിൽ ആകൃഷ്ടനായ പിതാവിനേക്കാൾ; ചിരങ്ങുപിടിച്ചിട്ടും ചവർകൂനയ്ക്കരികിൽ ആർക്കോ രുചികരമായ ഭക്ഷണമായി മാറിയ പെൺകുട്ടി എന്റെ ചിന്തകൾക്ക് മൂർച്ച കൂട്ടുന്നു. എങ്ങനെയാണ് പെൺകുട്ടി ഒരു ലഹരിപദാർഥമാകുന്നത്? ശൂന്യപ്രണയങ്ങളുടെ ചുടുപിടിച്ച പനിക്കാലങ്ങൾ ...

പ്രകമ്പനങ്ങളിലെ സുലക്ഷണ-സർപ്പത്തെ സ്വന്തം ദേഹത്തോട് ചേർത്ത് ഉറക്കിയവൾ-എന്റെ ഈ കഥ വായിച്ചിട്ടില്ലെങ്കിലും, നീണ്ടമു ടിക്കാരന്റെ കൈവെള്ളയിൽനിന്ന് ഗിരിശൃംഗങ്ങൾ മാഞ്ഞുപോയിട്ടുണ്ടെ ങ്കിലും സുന്ദരനായ ഭിഷഗ്വരൻ ഇപ്പോഴും ആപ്പിൾ കഴിക്കാൻ പ്രേരിപ്പി ക്കുന്നുണ്ട്.

മനുഷ്യജീവിതത്തിന്റെ അടയാളങ്ങളുടെ അതിർത്തികളിൽനിന്ന് സ്വപ്നങ്ങളുടെയും സ്പർശങ്ങളുടെയും ജ്യാമിതീയരൂപങ്ങൾ എന്നെ ചുംബിക്കുന്നു.

ഇനി ഈ പുസ്തകത്തെ നിങ്ങൾ പ്രണയിക്കുക.

വിനയപൂർവം

ബ്യന്ദ

ബൃന്ദയുടെ കഥകൾ

ഡോ. ജോർജ് ഓണക്കൂർ

ചിരപരിചിതമായ കഥയെഴുത്തിന്റെ കോമളഭാഷകൾ വെടിഞ്ഞ് വജ്രക്കല്ലുപോലെ വിഷയഭൂമിക പിളർക്കുകയും പ്രകാശിപ്പിക്കുകയും ചെയ്യുന്നു കവിയായ കഥാകാരി. ബൃന്ദയുടെ വാക്കുകൾ രൂക്ഷഗന്ധ ങ്ങൾ നിറഞ്ഞ ഭാവലോകത്തിന്റെ ചുവന്നവാതിലിനുള്ളിൽ കത്തുന്ന ചിരിയുടെ ചൂടും വേവും ഡോ. ചിത്രഗുപ്തനെപ്പോലെ, വായനയുടെ അപൂർവ വിതാനത്തിലേക്ക് തള്ളിവീഴ്ത്തുകയാണ് കഥാകാരി.

വിചിത്രകാഴ്ചകളും രതിലാസ്യങ്ങളും നിറഞ്ഞ കഥാന്തരീക്ഷം. എഴുത്തിൽ ആവർത്തിക്കപ്പെടാറുള്ള മൂർത്തസൗന്ദര്യ സങ്കൽപ്പങ്ങളുടെ നിരാസം ശ്രദ്ധിക്കപ്പെടേണ്ടതാണ്. പീതസ്തനികളും ഗുരുത്വനിതംബിനി കളുമൊന്നും ബൃന്ദയുടെ കഥകളിൽ പ്രത്യക്ഷരാകുന്നില്ല. ചെറിയ അര ക്കെട്ടും ഇടം മൂക്കിലെ വെള്ളക്കല്ലുവെച്ച മൂക്കുത്തിയെക്കാൾ ചെറുതായ മുലകളും അനാകർഷകമായിരുന്നിട്ടും മുക്കുവത്തിയുടെ കവിളങ്ങു കടി ച്ചെടുക്കാൻ മോഹം ജനിപ്പിക്കുന്ന വർണനകൾ. തള്ളിമറിച്ചിട്ട് അവളുടെ പുറത്തുകൂടി കടലായി ആർത്തിരമ്പാൻ വെമ്പൽ വളർത്തുന്നു. നാണിച്ചു വിവശനായി മുക്കുവത്തിയുടെ മുന്നിൽ തൊലിപോലുമില്ലാതെ നഗ്ന നായി... 'മതി,' 'മതി' എന്ന മാംസത്തിന്റെ നിറവാർന്ന നിലവിളി ആരു കേൾക്കാൻ?

മുക്കുവത്തിയുടെ മീൻചരുവത്തിൽ അയാൾ അനുസരണയുള്ള മത്സ്യമായി കിടക്കുന്നു. അവളുടെ അനാകർഷകമായ ചെറുമുലകളും ഒട്ടിയ നിതംബവും മടുപ്പുതോന്നിക്കുന്നില്ല. കുലുങ്ങിത്തുള്ളാതെ സാധാ രണമായ നടത്തം. അവളുടെ മൂക്കുത്തിയിൽ പതിച്ചിട്ടുള്ള വെള്ളക്കല്ലു കൾ ഒന്നൊന്നായി എണ്ണിനോക്കാനുള്ള കൗതുകം ബാക്കി.

"നിന്നെ കടല് മണക്കുന്നു മുക്കുവത്തീ."

ഞാൻ അവളുടെ കാതിൽ മന്ത്രിച്ചു.

അവളെന്നെ കെട്ടിപ്പിടിച്ചു.

"കടലിൽ തിരകളും ചുഴികളുമൊണ്ട്. സ്വർണമത്സ്യാം നീലത്തി മിംഗലോമൊണ്ട്."

അവളൊന്ന് ചീറി.

"മുക്കുവത്തീ, നീ ആളൊരു ശൂരത്തി തന്നെ. ആഴച്ചുഴിയിലോട്ട് പിടിച്ചങ്ങ് അമർത്തിവയ്ക്കുകയല്ലേ."

കൊമ്പൻ സ്രാവിന്റെ ആളല്ലും പൂളലുമാ അവളുടെ ഉശിരിന്.

ഉള്ളിലൊരു കൊളുത്തിപ്പിടിക്കൽ. ചുണ്ടകൊളുത്തുപോലെ എന്തോ ഒന്ന്, വളഞ്ഞു മിനുത്ത് മൂർച്ചയേറിയ എന്തോ ഒന്ന്, തളഞ്ഞു പുളഞ്ഞ് ആഴത്തിലേക്ക്. പിന്നെ കടലുകളുടെ മുകളിലേക്ക്.

"മുക്കുവത്തീ, നീ കാണുമ്പോലല്ല. നിന്റെ നേർത്ത നീരാളിക്കൈ കൾക്ക് ഇരുമ്പുപങ്കായക്കരുത്ത്. ശ്വാസം മുട്ടുന്നുണ്ട് മുക്കുവത്തീ. എന്റെ ചെകിളപ്പൂക്കൾ ഇങ്ങനെ ഉമ്മവച്ചൂറ്റാതെ."

അവളാദ്യം ചിറകെറിഞ്ഞു. പിന്നെ... ഒടുവിൽ വാലറ്റത്തുനിന്ന് തൊലി പിടിച്ച് പിന്നിലേക്കുന്തി.

ഹൊ! ഞാൻ നാണിച്ചു വിവശനായി.

മുക്കുവത്തിയെ പ്രാപിച്ച് വികാരമൂർച്ഛവരിക്കുന്ന പൗരുഷത്തിന്റെ ശക്തിസ്രവം. വാക്കുകൾ ഇങ്ങനെ വികാരങ്ങളെ ജ്വലിപ്പിക്കുന്ന കലാ വിദ്യ മറ്റെതൊരു കഥയിൽ നാം അനുഭവിച്ചിട്ടുണ്ട്?

'ഡ്രാക്കുള പ്രണയിക്കുന്നു' എന്ന കഥയിൽ ഡ്രാക്കുള പ്രേമത്തിന്റെ പുരുഷപ്രതീകമാണ്. തന്റെ ഡയറിക്കുറിപ്പുകൾ ഭാര്യയും മക്കളും വായി ക്കാതിരിക്കാൻ അയാൾ മച്ചിൻപുറത്ത് സൂക്ഷിക്കുന്നു. "ലോകത്തിലെ സകല പാസ്‌വേർഡും ഭാര്യമാർക്ക് അറിയാവുന്നതുകൊണ്ട് കമ്പ്യൂട്ടറിന്റെ അടുത്തുപോലും ഇക്കാലത്ത് ഒരു കളിയും നടക്കില്ല" എന്ന് ഡ്രാക്കുള തിരിച്ചറിയുന്നു.

പ്രണയം വരുമ്പോൾ ദംഷ്ട്രകൾ വെളിപ്പെടുകയില്ല. നിരയൊത്ത പല്ലുകൾ ഉണ്ടായിട്ടും അവൾ അയാളെ ഡ്രാക്കുള എന്നു കാതരമായി വിളിച്ചു.

"നിന്നെ കാണുമ്പോൾ എന്റെ ദംഷ്ട്രകൾ പുറത്തുവരും," ഡ്രാക്കുള പറഞ്ഞു.

"വെക്ഷേണാകട്ടെ. അപ്പോൾ മോനെ നാട്ടിലാക്കിയിട്ട് വരാം." സ്വപ്നദൂരങ്ങൾ കടന്ന് കൂട്ടുകാരി അറിയിച്ചു. പ്രായോഗികതയുടെ ഗൂഢാ ത്മകതയിൽ ഹൃദയം ലോലമാക്കി.

"എന്റെ കഴുത്തിൽ എന്തോ കടിച്ചതുപോലെ. നിങ്ങൾ എന്തിനാണ് എന്റെ രക്തമിങ്ങനെ കുടിച്ചു തീർക്കുന്നത്?" കാമുകി ദേഷ്യം ഭാവിച്ചു.

ഒരൊഴിവുകാല സായാഹ്നത്തിൽ നാട്ടിലെ ബസ്‌സ്റ്റോപ്പിൽ ഡ്രാ ക്കുള കാത്തുനിന്നു. അവൾ കടന്നുവന്നപ്പോൾ അവളെയൊന്നു കെട്ടി പ്പിടിച്ച് ഞെരിച്ചുടച്ച് രക്തം കുടിക്കാനുണ്ടായ തോന്നൽ, വഴിവക്കിലായ തുകൊണ്ട് ഒഴിവാക്കി, ഡീസന്റായി.

ഡ്രാക്കുള കാമുകിയെയുംകൂട്ടി മുറിക്കുള്ളിലേക്കു വന്നു. അവളുടെ മുഖത്ത് സന്തോഷത്തിന്റെ പൂവിരിഞ്ഞു.

"മൃദുവായ ഒരു തരിപ്പ് ഡ്രാക്കുളയ്ക്ക് അനുഭവപ്പെട്ടു. കഴുത്തിൽ നിന്നും ആ തരിപ്പ് ദേഹം മുഴുവൻ വ്യാപിച്ചു. രക്തം കുടിച്ച് ചുവന്നു തുടുത്ത മാദകവാവൽ പോലെ ഡ്രാക്കുളയെ ചുറ്റിപ്പിണഞ്ഞ് അവൾ കിടന്നു. അവളുടെ ദംഷ്ട്രയിൽനിന്ന് ഇറ്റ് മാറിന്റെ വിടവിലൂടെ താഴേ ക്ക്, പിന്നെയും താഴേക്ക് ഒഴുകിയ രക്തത്തുള്ളികളെ വിചിത്ര സ്വരം പുറപ്പെടുവിച്ചുകൊണ്ട് ആവേശപൂർവം ഡ്രാക്കുള നക്കിയെടുത്തു."

ഭീതിതമായ പ്രേതാനുഭവത്തിന്റെയും പ്രേമഭാവനകളുടെയും ഭ്രമാ ത്മക സങ്കലനം ഈ കഥയെ സുന്ദരവും ഉജ്ജലവുമാക്കുന്നു. രതിയുടെ ഊർജചൈതന്യം ഓളംവെട്ടുന്നു. സാഹസിക പ്രണയത്തിന്റെ ഊഷ്മ ളത.

"മച്ചിന്റെ ഏറ്റവും മുകളറ്റത്ത് വവ്വാലുകളെപ്പോൽ ഡ്രാക്കുളയും കൂട്ടുകാരിയും തലകീഴായി കിടന്നു. അവളുടെ ചുവന്ന നെയിൽപോളീ ഷിട്ട കാൽവിരലുകൾ മച്ചിന്റെ വിടവിൽ പിടിമുറുക്കി. സ്വർണപാദസരം കാൽവണ്ണയിൽ അമർന്നു. ഡ്രാക്കുള അവളുടെ പാദത്തോടു ചേർത്ത് തന്റെ പാദം കൊരുത്തു. ഇരുകൈകൊണ്ടും ഇരുകെ പുണർന്നു. ദംഷ്ട്ര കൾ പരസ്പരം കോർത്തു. പിന്നെ അവളിലേക്കാഴ്ത്തി. ആഴത്തിൽ നിന്നും തീപ്പൊരികൾ ഉതിർന്നു. വീട് ആളിക്കത്തി, അസംഖ്യം വവ്വാലു കൾ പറന്നുലഞ്ഞ് അവർക്കു കാവൽ നിന്നു."

മലയാള കഥയിൽ അനന്യസാധാരണമായ രചനാവഴികൾ. തീമും ഭാഷയും പരീക്ഷിക്കുകയാണ് ബൃന്ദ. കവിതയുടെ ഒതുക്കവും കഥയുടെ ആളിപ്പടരലും സംഗമിക്കുന്ന വേറിട്ട കലാനുഭവം.

വ്യത്യസ്തമാണ് ബൃന്ദയുടെ ഓരോ കഥയും. എങ്കിലും പ്രത്യേക പഠനങ്ങൾ ഈ അവതരണക്കുറിപ്പിൽ ഒതുക്കാവുന്നതല്ല. ചില സൂചന കൾ മാത്രമാണ് സാധ്യമാകുന്നത്. പ്രണയത്തിന്റെ പാതകൾ നിർവച നാതീതമാണെന്ന് ഈ കഥകൾ നമ്മോടു പറയുന്നു. കാണാത്ത ദൃശ്യങ്ങൾ അനുഭവപ്പെടുത്തിത്തരുന്നു. സ്വപ്നങ്ങൾക്കുപോലും ചെന്നെ ത്താൻ കഴിയാത്ത ഭ്രമഭംഗികളാണ് ബൃന്ദയുടെ എഴുത്തിനെ പ്രചോദി പ്പിക്കുന്നത്. വളരെ സ്വാഭാവികമെന്നു തോന്നിക്കുന്ന വ്യക്തികളും ജീവി തസന്ദർഭങ്ങളും പോലും ഗൂഢവിസ്മയങ്ങളുടെ വാതിൽപ്പാളികൾ മെല്ലെ തുറന്നു പിടിക്കുന്നു.

ഒരു പൂച്ച; അതിന് ഒരാളുടെ ജീവിതത്തെ എത്രത്തോളം സ്വാധീ നിക്കാം എന്ന ചോദ്യത്തിന് ഉത്തരം തേടുന്ന കഥ. കഥയിലെ തമ്പു രാൻ പൂച്ചയെപ്പോലെയാണ് നടക്കുന്നത്; നാലുകാലിൽ. തമ്പുരാൻ കിട ക്കയിൽ ഒരുവശം ചെരിഞ്ഞ് ദിഗംബരനായി സുഖാലസ്യത്തിലാണ് കിട ക്കുന്നു. ശരീരം നിറയെ ചെരുത്തുനിൽപ്പിന്റെ പൂച്ചപ്പാടുകൾ. തൊട്ടടുത്ത് മാദകത്വം തുളുമ്പുന്ന ചന്ദനപ്പൂച്ച തമ്പുരാന്റെ ഗ്ലാസിൽ മദ്യം പകർന്നു കുടിക്കുന്നു.

ഫാന്റസിയുടെ നൂതനദലങ്ങൾ വിടർത്തി വിസ്മയഭരിതമായ വാങ്മ
യങ്ങൾ സൃഷ്ടിക്കുന്ന ബൃന്ദയുടെ എഴുത്തുകൾ ആഹ്ലാദജന്യമാണ്.
'കോലി' എന്ന കഥയെക്കൂടി പരാമർശിച്ച് കഥയുടെ വാതിൽ തുറക്കാം.
കാടുപിടിച്ച എസ്റ്റേറ്റിലെ പുരാതന മാളികയിൽ ഒറ്റയ്ക്കു ജീവിക്കുന്ന
വിചിത്രകഥാപാത്രം. ആ നാട്ടിൽ കുളിക്കടവിൽ എത്തിനോക്കിയ കോങ്ക
ണ്ണൻ കണ്ട കാഴ്ചയിൽ പെണ്ണുങ്ങൾക്കൊന്നും മുലക്കണ്ണുകൾ ഉണ്ടാ
യിരുന്നില്ല. അതെങ്ങനെ നഷ്ടമായി എന്നാലോചിച്ച് ഉറക്കം ഇല്ലാ
തെയായ പുരുഷകേസരികൾക്ക് ഒരു സത്യം ഗ്രാഹ്യമാകുന്നു. കോലി
യെ സ്വപ്നം കാണുന്ന പെണ്ണുങ്ങൾക്കാണ് മുലക്കണ്ണുകൾ ഇല്ലാതെയാ
കുന്നത്. കോലിയുടെ മുറ്റത്ത് മുയലുകൾ തട്ടിക്കളിക്കുന്ന ഗോലികൾ
ആ 'കണ്ണു'കളത്രേ.

മുയലുകൾ കളിതുടരുമ്പോൾ കോലി തന്റെ മാളികയിൽ സ്വന്തം
അവയവങ്ങൾ ഊരിവച്ച് വിശ്രമിക്കുന്നു. കൈയും കാലും തലയും
കണ്ണും മൂക്കും എന്നുവേണ്ട, എല്ലാം. ഒരുവശത്ത് ഊരി വച്ചിരിക്കുന്ന
പുരുഷാവയവം നോക്കി ഊശാന്താടിയപ്പൂപ്പൻ തലകുലുക്കി സമ്മതി
ക്കുന്നു: 'ഇവൻ ഒരാൺകുട്ടിതന്നെ.'

'ഒരാൾക്ക് മറ്റൊരാളെ എങ്ങനെയൊക്കെ വേദനിപ്പിക്കാം; ഏതെല്ലാം
തരത്തിൽ ഇല്ലാതെയാക്കാം എന്ന പരീക്ഷണമാണ് നടക്കുന്നത്. മറ്റു
ള്ളവരെ എങ്ങനെയെല്ലാം സ്നേഹിക്കാം, സന്തോഷിപ്പിക്കാം എന്ന പരീ
ക്ഷണം സംഭവിക്കാത്തത് എന്തുകൊണ്ട്' എന്ന തരത്തിൽ കഥകളിൽ
ഒരിടത്ത് ബൃന്ദ ചോദിക്കുന്നുണ്ട്. കാലത്തിന്റെ ഹൃദയത്തിൽ തട്ടി മുഴ
ക്കമുണ്ടാക്കുന്ന ചോദ്യം.

ഏതു സാഹിത്യസൃഷ്ടിയും ഒരു സാംസ്കാരികാനുഭവമാണ്,
ആകേണ്ടതാണ്. എന്നാൽ പലപ്പോഴും അത് കാലുഷ്യത്തിന്റെ ഇരുൾമറ
തീർക്കുന്നു; കപടനാട്യങ്ങളുടെ മുഖാവരണം അണിയുന്നു. ജീവ പ്രകൃ
തിയുടെ നേർസ്വരങ്ങൾ അമർത്തിപ്പിടിക്കുന്നു. ആഹ്ലാദപൂർവം പറയ
ട്ടെ, ബൃന്ദയുടെ കഥകൾ കൃത്രിമമായ സാംസ്കാരികോദ്ബോധനങ്ങ
ളല്ല; സത്യത്തിന്റെ ഹൃദയംഗമമായ ശബ്ദമാണ്. ചില പ്രയോഗങ്ങൾ
പെട്ടെന്ന് അമ്പരപ്പ് സൃഷ്ടിച്ചേക്കാം. നീലജലാശയത്തിൽ വിടരുന്ന
നെയ്യാമ്പൽപ്പൂവിൽ പറന്നിരിക്കുന്ന തേൻകുരുവിയുടെ ചിറകടി വഴി
സംഭവിക്കുന്ന ഇളക്കങ്ങൾ മാത്രം. നാഭിയിൽ വർണദലങ്ങൾ വിടർത്തി
ജലപുഷ്പം അവിടെത്തന്നെയുണ്ട്. നീലപ്പായലിനടിയിൽ അത് പുഞ്ചിരി
തൂകി നിൽക്കുന്നു.

ഭാഷയുടെ, സംസ്കാരത്തിന്റെ നഗ്നസൗന്ദര്യം ആഘോഷിക്കുന്ന
സ്വപ്നകഥകളാണ് ബൃന്ദ എഴുതുന്നത്. അത് കവിത തന്നെയാണ്. ഭാഷ
യുടെ മേൽ എഴുത്തിന്റെ വിജയമെന്ന് ഹൃദയപൂർവം എന്റെ അടയാള
പ്പെടുത്തൽ.

1
മത്സ്യഗന്ധി

മുക്കുവത്തിയുടെ മുലകൾ ചെറുതായിരുന്നു. ഒറ്റനോട്ടത്തിൽ ആകർഷിക്കത്തക്കതായിരുന്നുമില്ല. എന്നാലും കണ്ണിന്റെയൊരു ചെറു വിശ്രമത്തിന് അതൊക്കെ ധാരാളം!

മുക്കുവത്തി ഇരുനിറക്കാരിയായിരുന്നു. പുലരും മുതൽ സന്ധ്യവരെ വെയിലായ വെയിലൊക്കെ കൊണ്ടുനടന്ന് വാടിക്കരിഞ്ഞതാകാം. അവ ളുടെ ബ്ലൗസിന്റെ ഇടംവശത്തുകൂടി ഒളിഞ്ഞുനോക്കി, ഹുക്ക് ഇടുന്ന തിന്റെ അടുത്തായി നാലു പിന്നുകൾ ഒരു കാരണവുമില്ലാതെ കുത്തി യിടുന്നുവെന്ന് ഞാൻ മനസിലാക്കിയിരുന്നു.

മുക്കുവത്തിയുടെ നിതംബവും ചെറുതായിരുന്നു. അതിനാൽ അവൾ നടക്കുമ്പോൾ നിതംബം കുലുങ്ങിത്തുള്ളാതെ മര്യാദയ്ക്കിരുന്നു. ഈ മര്യാദ എനിക്കു പൊറുക്കുവാൻ പറ്റുന്നതായിരുന്നില്ല.

രാവിലെ സുഖദമായ കാഴ്ചകണ്ട് മനസൊന്നു കുളിർപ്പിച്ച് കുളി മുറിയിലേക്ക് പോകാമെന്നു വച്ചാൽ....?

ഈ വഴി കണ്ടമാനം മീൻ തിന്നുന്ന മുക്കുവത്തികളാരും വരുന്നി ല്ലേ?

പക്ഷേ, ഇവിടെയുള്ള സ്ത്രീകൾക്കൊക്കെ അവളെ വലിയ കാര്യ മാണ്. ന്യായവില. നല്ല മീൻ. വീട്ടമ്മമാർ ആവശ്യപ്പെട്ടാൽ നിമിഷനേരം കൊണ്ട് മീൻ വെട്ടി വൃത്തിയാക്കി കൊടുക്കുകയും ചെയ്യും. ഈവക ഗുണഗണശീലമുള്ള മുക്കുവത്തിയെ ആരെങ്കിലും കൈവിടുമോ? അതി നാൽ മറ്റു മീൻകാരികൾ ഈ ഏരിയായിൽ വാഴുകയുമില്ല.

കള്ളിക്കയിലിയുടെ പിൻഭാഗത്തേക്കും കറുത്ത ബ്ലൗസിന്റെ വിട വുകളിലേക്കും ചാഞ്ഞും ചരിഞ്ഞും എന്റെ കാകദൃഷ്ടി പായവേ ബക ധ്യാനത്തിൽ നിന്നുണർന്ന് മുക്കുവത്തി പറയും: "സാറിനീ മീനങ്ങ് പിടിച്ചൂന്ന് തോന്നുന്നു!"

പിന്നെ കുളിമുറിയിലെ ചൂടൻ കുളിയും കഴിഞ്ഞ് പതിവു പരിപാ
ടികളിലേക്ക്.

മുക്കുവത്തിയുടെ ഇടംമുക്കിൽ വെള്ളക്കല്ലുവച്ച ഒരു മൂക്കുത്തി
ഉണ്ടായിരുന്നു. സാമാന്യം വലിയത്. ശരിക്കും പറഞ്ഞാൽ അവളുടെ
മുലയേക്കാൾ വലുത്. അതിൽ എത്ര കല്ലുണ്ടെന്ന് ഒന്ന് എണ്ണിനോക്കാ
മെന്ന് പലവട്ടം കരുതിയതാണ്. അതിന് 'എണ്ണി നോക്കിയാട്ടെ സാറെ'
എന്നു പറഞ്ഞ് മൂക്കുവത്തി മൂക്കുവച്ചു തരുമോ?

അവള് ചറുങ്ങനേം പിറുങ്ങനേം മീനെണ്ണിയെടുക്കും. മീൻചരുവം
'ഒന്നു താങ്ങിയാട്ടെ' എന്നു പറഞ്ഞ് തലയിലേറ്റും. 'മീൻ വേണോ'
എന്ന് നീട്ടിക്കൂകാതെ തന്നെ പതിവുകാർക്ക് കൊടുക്കും. നല്ല അടക്ക
വും ഒതുക്കവുമുള്ള മീൻകാരത്തി. അതിനാലവളുടെ മൂക്കുത്തിക്കല്ല്
എണ്ണാൻ പോലും കഴിഞ്ഞിട്ടില്ല.

പകൽവെളിച്ചത്തിൽ അതൊരു സൂര്യനാകും. വൈകുന്നേരമാകു
മ്പോഴേക്ക് ചുവന്നു തിളയ്ക്കും. രാത്രിയിൽ തീർച്ചയായും അതൊരു
ചന്ദനക്കല്ലാകുമെന്നും ഏതോ ഒരു മുക്കുവൻ ആ ചന്ദനക്കല്ലിൽ തല
ചായ്ച്ച് കിന്നാരം പറഞ്ഞ് മുക്കുവത്തിയെ ഇക്കിളിപ്പെടുത്തുമെന്നും
ഞാൻ ഭയന്നു.

ഓരോ ദിവസവും മുക്കുവത്തിക്ക് ഓരോ രൂപഭാവമാണ്. അവളെ
ശരിക്കു ശ്രദ്ധിച്ചാലേ അത് മനസിലാകുകയുള്ളൂതാനും. ഓരോ ദിവസ
വും ഓരോ മുക്കുവത്തി! ചുമ്മാതല്ല എനിക്കിവളെ മടുക്കാത്തത്!

എല്ലാവരും മീൻ കൊണ്ടുവരും. മീൻകാശു വാങ്ങി തുണിസഞ്ചി
യിലിട്ട് അരയിൽ കെട്ടിത്താഴ്ത്തും. മീൻ, മീൻ എന്ന് ഉറക്കെപ്പറയും
എന്നിട്ട് മീനിനെപ്പോലെ വഴുതിപ്പോകും. അതാണ് ഈ മുക്കുവത്തിമാ
രുടെ മിടുക്ക്!

ചന്തമില്ലാത്ത മുക്കുവത്തി ഇപ്പോൾ എനിക്കൊരു ബാധ്യതയായി.
കടലാസു സുന്ദരിമാരെ ഞാൻ വെറുത്തു. മുക്കുവത്തിയുള്ളപ്പോൾ അവ
ളുമാരെന്തിന്? അവളുടെ മൂക്കുത്തിക്കല്ലിന്റെ ഭംഗിയെങ്കിലുമുണ്ടോ മറ്റ
വളുമാർക്ക്?

മുക്കുവത്തിയുടെ മൂക്കുത്തിക്കല്ലു കാണാതെ കുളിക്കാനും മീൻ
കൂട്ടാതെ ഉണ്ണാനുമാകാത്ത സ്ഥിതിയിലായിരിക്കുന്നു ഇപ്പോൾ.

പക്ഷേ മുക്കുവത്തിയോട് വല്ലതും പറയുന്നത് സൂക്ഷിച്ചു വേണം.
മറ്റാരും കേൾക്കാതെ പുഞ്ചിരിയൊട്ടും കളയാതെ മുക്കുവത്തിയൊരി
ക്കൽ ഒന്ന് അടക്കം പറഞ്ഞതാ, "മീൻചെകില പോലങ്ങ് പുളിക്കളയു
മോ സാറെ" എന്ന്.

പിന്നെങ്ങനെ ആ മുക്കുവത്തിയോട് ഒന്ന് മിണ്ടും? വെള്ളക്കൽ മൂ
ക്കിൽ ഒന്ന് പിടിക്കും? പരിപ്പുവട നെഞ്ചിൽ ഒന്ന് കടിക്കും?

മഴയായാലും കാറ്റായാലും മുക്കുവത്തി മുടങ്ങാറില്ല. ഇന്നോളം
അവൾക്കൊരു ജലദോഷംപോലും വന്നിട്ടില്ല. മഴ അവളുടെ കള്ളിമു
ണ്ട് നനച്ചിട്ടില്ല. കാറ്റ് അവളുടെ ചുവന്ന തോർത്ത് ഉലച്ചിട്ടില്ല.

ഓരോ മഴക്കാലം കഴിയുന്തോറും നമുക്കൊക്കെ ഓരോ വയസു കൂടാറാണു പതിവ്. പക്ഷേ മുക്കുവത്തിയാണേല്‍ എന്നും ഒരേപോലെ.

മുക്കുവത്തിയുടെ വരാല്‍നടത്തവും കണ്ടുകണ്ടങ്ങു നില്‍ക്കവേ അവളൊന്നു തിരിഞ്ഞുനോക്കി. ആകെയൊരു മിന്നലായിരുന്നു! ഒരു നോ ട്ടത്തിലിത്ര മിന്നല്‍പ്പിണരാണെങ്കില്‍–

ഒറ്റയോട്ടത്തിന് അവളുടെ മീന്‍ചരുവം തട്ടിത്താഴെയിട്ട് അവളെയു മെടുത്ത് അകത്തു വരണം. പിന്നെ അവളുടെ കടലായ കടലിലൊക്കെ തുഴഞ്ഞു തിമിര്‍ക്കണം. ചിപ്പിയും മുത്തും വാരിയെടുക്കണം. ഉള്ളിലൊ രു ചീനവല വിടര്‍ന്നു.

വാതില്‍ തുറക്കാമെന്ന് വിചാരിച്ചതേയുള്ളൂ. ചെവി പൊട്ടുന്ന ഇടി മുഴക്കം. മുക്കുവത്തി വെണ്‍പല്ലുകാട്ടി പൊട്ടിച്ചിരിച്ചതാണെന്ന് കുറെ കഴിഞ്ഞേ മനസിലായുള്ളൂ.

പിന്നെ മഴയിലേക്ക് നോക്കി നിന്നപ്പോഴാണ് ഓര്‍ത്തത്. ഈ മുക്കു വത്തിക്ക് ഇടിയും മഴയും ഒന്നും പേടിയില്ലേ എന്ന്.

ഈ മഴയ്ക്ക് അവളുടെ അഹങ്കാരക്കാലുകള്‍ ഒന്ന് നനച്ചൂകൂടെ? കള്ളിക്കയിലി ഒന്ന് ഉലച്ചുകൂടെ?

മഴയായ മഴയില്‍ നാടായ നാടൊക്കെ മുങ്ങിയിട്ടും കാലായ കാലു നനയാതെ മീനായ മീനുമായി മുക്കുവത്തി എന്നും പടിവാതില്‍ക്കല്‍.

നാട്ടിലൊക്കെ മീനില്ലാതായിട്ടും മുക്കുവത്തിയുടെ മീന്‍ചരുവത്തില്‍ പണ്ടേപോലെ പലതരം മീനുകള്‍. അതിന്റെ രഹസ്യം മുക്കുവത്തിയോട് ചോദിച്ചപ്പോള്‍ "നേരൊള്ള മുക്കുവത്തി നാവിന്റെ രുചി കളയത്തില്ല സാറെ" എന്നൊരു പെടയ്ക്കുന്ന തെറ്റല്‍.

നെഞ്ചൊന്നു തടവിയപ്പോഴാണ് ചൂണ്ടക്കൊളുത്ത് കുരുങ്ങിയതു കാ ണുന്നത്.

എന്നാലും ഈ മുക്കുവത്തി!

അവള്‍ നാവിന്‍ രുചിയറിഞ്ഞ് മീന്‍ തന്നു. കാലു നനയാതെ മീന്‍ പിടിച്ചു.

അവളുടെ മീന്‍ പെരുമയറിയാഞ്ഞ് എനിക്ക് ഇരിക്കപ്പൊറുതിയി ല്ലാതായി.

"നിന്റെ മുക്കുവന് ഈ മീനില്ലാക്കാലത്തും ലോകത്തെങ്ങുമില്ലാത്ത തരം മീനൊക്കെ എങ്ങനെ കിട്ടുന്നു?"

മുക്കുവത്തി ഒന്ന് തറഞ്ഞ് നോക്കി. പിന്നെ ഇടിമുഴക്കം പോലത്തെ ചിരി ചിരിച്ചു.

മുക്കുവത്തീ.... ഞാന്‍ മനസില്‍ പറഞ്ഞു. എല്ലാ ഇടിമുഴക്കവും ആണുങ്ങള്‍ക്ക് സഹിക്കാന്‍ പറ്റില്ലെന്ന് വരുമേ. ഇവിടിപ്പൊ ആരുമില്ല ന്നറിയാമേ... നിന്നെക്കൊണ്ട് ഞാന്‍ കുറെ മീന്‍മുട്ടയിടീക്കുമേ, അങ്ങനെ പറയാനും ചെയ്യാനുമുള്ളത് ഉള്ളിലിങ്ങനെ നിറയ്ക്കുമ്പോള്‍ മുക്കുവത്തി പറഞ്ഞു:

"ഞാന്തന്നാ മീന്‍ പിടിക്കാന്‍ പോകുന്നെ."

"അയ്യോ! എന്തായി കേൾക്കുന്നത് മുക്കുവത്തീ?കടലെടുത്താലോ നിന്നെ? തോണി മറിഞ്ഞാലോ? തിരയിൽ തട്ടിവീണാലോ?"

"നിറപാതിരയ്ക്ക് ഞാനൊറ്റയ്ക്ക് കടലിൽ പോവും. മീൻചരുവോം തലയിലേറ്റി. രുചിനാവുകൾ . ഓർത്തു വച്ച്. കടലല്ലേ ഞാനൊരു പെണ്ണല്ലേ. അത് ഇത്തിരിയങ്ങോട്ടു നീങ്ങിക്കെടക്കും. നീങ്ങിയ ഇടത്തുകൂടെ ഞാനങ്ങു നടക്കും. ഇരുട്ടല്ലേ. മൂക്കുത്തിവെളക്ക് തെളിക്കും. എന്നും പോകുന്നതല്ലേ. മീൻവഴികളൊക്കെ മനഃപാഠമാ. കാണുമ്പം ഓടിവരുന്ന മീനുകളെയുമെടുത്തോണ്ടു ഞാനിങ്ങു പോരും."

"ഹൈ! മതിയെന്റെ മുക്കുവത്തീ...ഞാനായിരുന്നു ആ കടലെങ്കിൽ നിന്നെ തള്ളി മറിച്ചിട്ട് നിന്റെ പുറത്തുകൂടി ആർത്തിരമ്പിയേനെ." എനിക്കവളുടെ കവിളങ്ങു കടിച്ചെടുക്കാൻ തോന്നി.

എന്നിട്ട് ഞാനെന്റെ ചിരകാല സംശയമെടുത്തിട്ടു:

"അപ്പോ നിന്റെ മുക്കുവനെവിടെ?"

"എന്റെ മുക്കുവനും മുക്കുവത്തീമെല്ലാം ഞാന്തന്നെയാ സാറെ!"

"ഹാവൂ!" എനിക്കു സന്തോഷമായി.

ചുമ്മാതല്ല നീയിങ്ങനെ പറന്നുപോയത്! ചവിട്ടിക്കുഴയ്ക്കാനും ഉരുട്ടിയെടുക്കാനും ആരുമില്ലാണ്ട്. ഞാനതങ്ങ് ഉള്ളിലാ പറഞ്ഞത്. മീൻ ചോര പറ്റിയ ഒരു വാക്കത്തിയുണ്ടല്ലോ അവളുടെ പക്കൽ. പോരാത്തേന് നട്ടപ്പാതിരയ്ക്ക് കടലീപ്പോണവൾ, പറയുന്നേനു മുൻപ് ഒന്നു ചിന്തിക്കണമല്ലോ.

അപ്പോഴാണ് ഞാൻ മുക്കുവത്തിയുടെ കൈകൾ ശ്രദ്ധിച്ചത്. അവളുടെ മീൻകൈകളിൽ ഒരു ചെതുമ്പൽ പോലും പറ്റിയിട്ടില്ല. എന്തൊരു തിളക്കമുള്ള വിരലുകളാണ്.

"നിന്നെ എന്തൊരു മണം" മുക്കുവത്തിയുടെ ഗന്ധം എന്നെ ത്രസിപ്പിച്ചു. അവളുടെ അത്രേമടുത്ത് ഞാനന്നാ ഇരുന്നത്.

മീൻമണമാണെന്നു കരുതി അവളൊന്നു പുറകോട്ടാഞ്ഞു.

"അല്ല മുക്കുവത്തീ. സത്യമായും നിന്നെ നല്ല മണം! എന്നെ ഭ്രാന്തുപിടിപ്പിക്കുന്ന ഒരുതരം മണം. നിന്റെ മാലയില്ലാ കഴുത്തിൽ ഞാനൊന്ന് തൊട്ടോട്ടെ മുക്കുവത്തീ. നിന്നെ കടല് മണക്കുന്നു മുക്കുവത്തീ." ഞാനവളുടെ കാതിൽ മന്ത്രിച്ചു.

അവളെന്നെ കെട്ടിപ്പിടിച്ചു.

"കടലിൽ തിരകളും ചുഴികളുമൊണ്ട്, സ്വർണമത്സ്യാം നീലത്തി മിംഗലോമൊണ്ട്..." അവളൊന്നു ചീറി.

"മുക്കുവത്തീ... നീ ആളൊരു ശൂരത്തി തന്നെ."

ആഴച്ചുഴിയിലോട്ട് പിടിച്ചങ്ങ് അമർത്തി വയ്ക്കുകയയല്ലേ...

കൊമ്പൻസ്രാവിന്റെ ആളല്ലും പുള്ളലുമാ അവളുടെ ഉശിരിന്!

ഉള്ളിലൊരു കൊളുത്തിപ്പിടിക്കൽ. ചുണ്ടക്കൊളുത്തുപോലെ എന്തോ ഒന്ന്, വളഞ്ഞു മിനുത്ത് മൂർച്ചയേറിയ എന്തോ ഒന്ന് തളഞ്ഞ് പുളഞ്ഞ് ആഴത്തിലേക്ക്. പിന്നെ കടലലകളുടെ മുകളിലേക്ക്.

"മുക്കുവത്തീ... നീ കാണുമ്പോലല്ല. നിന്റെ നേർത്ത നീരാളിക്കൈ കൾക്ക് ഇരുമ്പു പങ്കായക്കരുത്ത്. ശ്വാസം മുട്ടുന്നുണ്ട് മുക്കുവത്തീ. എന്റെ ചെകിളപ്പൂക്കൾ ഇങ്ങനെ ഉമ്മവച്ചൂറ്റാതെ."

അവളാദ്യം ചിറകരിഞ്ഞു. പിന്നെ തലയും വാലുമരിഞ്ഞു. ഒടുവിൽ വാലറ്റത്തു നിന്ന് തൊലിപിടിച്ച് പിന്നിലേക്കുന്തി.

ഹൊ! ഞാൻ നാണിച്ചു വിവശനായി.

അവളുടെ മുമ്പിലിങ്ങനെ തൊലിപോലുമില്ലാതെ

മതി മുക്കുവത്തീ... മതി.

ആരുകേൾക്കാൻ? മുക്കുവത്തിയല്ലേ? എത്ര മീൻ പിടിച്ചാലും മതി യാകാത്തോളല്ലേ?

അവളു മീൻചരുവോം തലയിലേറ്റി അങ്ങു നടന്നു.

അവളുടെ ചരുവത്തിലെ മീൻകൂട്ടത്തിനിടയിൽ അനുസരണ മത്സ്യം പോലെ മാനം കണ്ട് ഞാനും കിടന്നു.

2

ഡ്രാക്കുള പ്രണയിക്കുന്നു

"**ഇ**തിനെയല്ലേ പ്രണയം എന്നു പറയുന്നത്?"

ഡ്രാക്കുള ചോദിച്ചു.

"ഏതിനെ?"

ഒന്നുമറിയാത്തപോലെ കൂട്ടുകാരി മറുചോദ്യമിട്ടു.

ഡ്രാക്കുളയുടെ വലിയ കണ്ണുകൾ അൽപ്പം കൂടി വിടർന്നു. അത്ര ഭംഗിയുള്ള കണ്ണുകൾ അവളെ അൽപ്പമൊന്നു ശുണ്ഠി പിടിപ്പിച്ചു. "വേറാ രെങ്കിലും മോഹിച്ചാലോ...."

"ഉണ്ടക്കണ്ണൻ!" ഇത്തിരിക്കുശുമ്പ് ആ വാക്കിലൂടെ പുറത്തുവന്നു.

ഡ്രാക്കുളയ്ക്ക് രക്തം കുടിക്കാൻ മാത്രമല്ല മനസുവായിക്കാനുമ റിയാം. അതുകൊണ്ട് ഡ്രാക്കുള മറുപടിയായി പൊട്ടിച്ചിരിച്ചു.

ഡ്രാക്കുള ആളൊരു രസികനാണ്. ഗ്രാമത്തിലെ, തന്റെ മുത്തശ്ശി യുടെ വീടിനു പിന്നിലുള്ള റബർ തോട്ടത്തിലെ പാറക്കൂട്ടങ്ങൾ കാർപ്പാ ത്തിയൻ പർവതനിരകളാണെന്നാണ് കൂട്ടുകാരിയോടു പറഞ്ഞിരിക്കു ന്നത്. മാത്രമല്ല ചീവീടൊച്ചകളെ നായ്ക്കളുടെ ഓരിയിടലാക്കി മാറ്റാ നുള്ള കഴിവും അയാൾക്കുണ്ട്. കൂടാതെ വാഴക്കുമ്പിന്റെ തേൻ കുടി യ്ക്കാനും പേരയ്ക്ക ചപ്പാനും നടക്കുന്ന പീക്കിരി വവ്വാലുകളെ രക്തം കുടിക്കുന്ന കടവാതിലുകളാക്കി മാറ്റാനും കഴിയും. അയാളുടെ മുത്ത ശ്ശിയാകട്ടെ മച്ചിൽ കൂടുകൂട്ടുന്ന വവ്വാലുകളെ അടിച്ചു വീഴ്ത്തി തൊലി യുരിച്ച് തലയും പിച്ചിക്കളഞ്ഞ് ഒന്നാന്തരമായി പൊരിച്ചു ശാപ്പിടും. വിരലും നക്കിത്തുടച്ചുകൊണ്ട് "ആസ്ത്മയ്ക്ക് വളരെ നല്ലതാ"ണെന്നും പറഞ്ഞ് തലകുലുക്കും.

അവർക്ക് ആസ്ത്മ പോയിട്ട് ഒരു മൂക്കൊലിപ്പുപോലും വന്നതായി ആരുടെയും ഓർമയിലില്ല.

അതിനാൽ ഡ്രാക്കുള കടവാതിലായി പറന്നുനടക്കാമെന്ന ആഗ്രഹം ഉപേക്ഷിച്ചു. കഷ്ടകാലത്തിന് മുത്തശ്ശിയെങ്ങാനും അടിച്ചുകൊന്ന് പൊരിച്ചുതിന്നാലോ!

"മുത്തശ്ശി എന്നത് ഒരു പുരാവസ്തുവാണ്. സ്വന്തം വീട്ടിൽത്തന്നെ ജീവിക്കാൻ ഭാഗ്യം ലഭിച്ച ലോകത്തിലെ അവസാനത്തെ മുത്തശ്ശിയാ യിരിക്കാം ഇത്. ഇത്തരം വിചിത്ര വസ്തുക്കളെ നമുക്ക് ഒരുപക്ഷേ ഇനി വൃദ്ധസദനം പോലെയുള്ള മ്യൂസിയങ്ങളിൽ കാണാവുന്നതായിരിക്കും.."

ഇത് ഡ്രാക്കുളയ്ക്ക് മുത്തശ്ശിയോടുള്ള സ്നേഹം വെളിവാക്കുന്ന ഡയറിക്കുറിപ്പുകളിലെ ഏതാനും ഭാഗമാണ്. ഹൊ! ഈ ഡ്രാക്കുള സ്നേഹത്തിന്റെ ആളാണ്.

മുത്തശ്ശി വീട്ടിലെത്തുമ്പോഴാണ് ഡ്രാക്കുള ഡയറിക്കുറിപ്പുകൾ എഴുതാറുള്ളത്. എന്നിട്ട് അവ ഭദ്രമായി മച്ചിൻപുറത്തു സൂക്ഷിക്കും. ഡ്രാക്കുളയുടെ പത്തുവയസുകാരനായ മകനും എട്ടുവയസുകാരിയായ മകളും അരിച്ചുപെറുക്കുന്നതിൽ അതിവിദഗ്ധയായ ഭാര്യയും തപ്പിപ്പെ റുക്കിയെടുക്കാതിരിക്കാനാണ് ഇങ്ങനെ ചെയ്യുന്നത്. ഒരു മൂന്നാല് ഡൈവോഴ്സിനുള്ളതിലധികം വീരകഥകൾ ആ ഡയറിക്കുറിപ്പിലു ണ്ടല്ലോ.

ഡയറിക്കുറിപ്പുകളാണെന്ന് പറഞ്ഞിട്ടെന്താ? രണ്ടു കൂട്ടികളും കുടും ബവുമുണ്ടെന്ന് പറഞ്ഞിട്ടെന്താ? ഭാര്യമാർക്ക് എന്തേലുമൊന്നു പോരെ? പിന്നെ ലോകത്തിലെ സകല പാസ്‌വേഡും ഭാര്യമാർക്ക് അറിയാവുന്ന തുകൊണ്ട് കമ്പ്യൂട്ടറിന്റുത്തു പോലും ഇക്കാലത്ത് ഒരു കളിയും നട ക്കത്തില്ല.

ഡ്രാക്കുളയുടെ മാതാപിതാക്കൾ, സഹോദരങ്ങൾ, മുത്തശ്ശിയുടെ മറ്റുമക്കൾ, ഡ്രാക്കുള ഇവരൊക്കെ എവിടെയൊക്കെയോ ചില ഫ്ലാറ്റു കളിൽ പാർക്കുന്നു. ഏതു സ്ഥലത്തും ഫ്ലാറ്റുകൾ ഒരുപോലെയാണ്. അതുകൊണ്ടാണ് സ്ഥലങ്ങൾ അപ്രസക്തമാകുന്നത്. ഒരു കാര്യത്തിൽ മാത്രം എല്ലാവർക്കും സാമ്യം ഉണ്ട് – തിരക്കിന്റെ കാര്യത്തിൽ. മാത്ര മല്ല ഈ കാട്ടുമുക്കിൽ വന്നുപോകുന്നതിന് വല്ലാത്ത പ്രയാസവും ഉണ്ട്. പിന്നെ ഡ്രാക്കുള മാത്രം എങ്ങനെ സമയം കണ്ടെത്തുന്നുവെന്നു ചോദി ച്ചാൽ..?

മുത്തശ്ശി പറമ്പിലെ കാര്യങ്ങളും മറ്റും നോക്കി സുഖമായി, ആരോടും പരാതിപറയാതെ ജീവിക്കുന്നു. കൂടാതെ കണ്ണപ്പൻ എന്നു പേരായ പ്രായമായ സഹായിയും ഉണ്ട്. കണ്ണപ്പൻ ചിലപ്പോൾ മുത്ത ശ്ശിയെ കൊന്നുകളഞ്ഞേക്കും. പ്രായം ചെന്ന് ഒറ്റയ്ക്കു താമസിക്കുന്ന വീട്ടുകാരത്തിയെ വേലക്കാരൻ കൊന്നുകളയുന്നത് ഇപ്പോൾ ഒരു ഫാഷ നാണ്.

മക്കളുടെയോ ചെറുമക്കളുടെയോ ഒപ്പം ചെന്നു താമസിക്കാൻ മുത്തശ്ശി തയാറല്ല. ലിഫ്റ്റിൽ കയറുന്നത് അവർക്കു പേടിയാണ്. ഉരുൾപൊട്ടലിനെയും കാട്ടുപന്നിയെയും കൊടുങ്കാറ്റിനെയും പേടിയി

ല്ലാത്ത മുത്തശ്ശിക്ക് ലിഫ്റ്റിനെ പേടിപോലും! ഏതായാലും ഇതുകേട്ട്
എല്ലാവർക്കും ആശ്വാസമായി. മുത്തശ്ശി ബുദ്ധിമതിയാണെന്ന് ഇക്കഥ
തെളിയിക്കുന്നു എന്ന് ഡ്രാക്കുള ഡയറിയിൽ അടിവരയിട്ടു.

ഹണിമൂൺ കാലത്തെങ്ങോ ഈ സ്ഥലത്ത് വന്നുപോന്നതാണ്
ഡ്രാക്കുളയുടെ ഭാര്യ. ഭാര്യക്ക് അയാൾ ഡ്രാക്കുളയൊന്നുമല്ല. അല്ലെ
ങ്കിലും ഏതു ഭാര്യക്കാണ് ഭർത്താവൊരു ഡ്രാക്കുളയാകുന്നത്. അതു
കൊണ്ട് അയാൾ അവൾക്ക് ഒരു ചുമ്മാ വെറും ... ഏതായാലും പെണ്ണു
കെട്ടിയതോടെ ഡ്രാക്കുള ഒന്നൊതുങ്ങിയെന്നു പറയാം. എന്തൊതുക്കം?
മുൻപു ചെയ്തുകൊണ്ടിരുന്ന കാര്യങ്ങൾ കുറച്ച് ഒതുക്കത്തിൽ
ചെയ്തുതുടങ്ങി. അത്രതന്നെ. മനുഷ്യനു സൈ്വരം വേണമല്ലോ!.

അന്നു മുത്തശ്ശി ഡ്രാക്കുളയുടെ ഭാര്യയോടു പറഞ്ഞുപോലും, "ഈ
ചേനയൊന്നെടുത്ത് അകത്തേക്കു വച്ചേരെ കൊച്ചേ" എന്ന്. അതിൽ
പിന്നീട് ഭാര്യക്ക് ഇവിടേക്ക് വരാനായിട്ട് ലീവ് കിട്ടാറേയില്ല. ആദ്യം
ഡ്രാക്കുളയ്ക്ക് ദേഷ്യവും സങ്കടവും വന്നെങ്കിലും കാലം കുറച്ച് കഴി
ഞ്ഞപ്പോൾ അന്നത്തെ ചേനയെ അയാൾ മനസാ നമിച്ചു.

ഡ്രാക്കുളയുടെ ഭാര്യ ഒറ്റക്കാര്യത്തിൽ മാത്രമേ അയാളുടെ മുന്നിൽ
തോറ്റിട്ടുള്ളൂ. 'പാടു'കളുടെ കാര്യം പറഞ്ഞാൽ പിന്നെ ആരാ തോൽക്കാ
ത്ത്? അതും മുഖത്തെ! ഒന്നാംതരം തെളിവുണ്ടല്ലോ കല്യാണ ആൽബ
ത്തിൽ.

പെണ്ണുകാണാൻ ചെന്നപ്പോൾ അവളുടെ മുഖത്ത് പാടുകളൊന്നു
മില്ലായിരുന്നു. പന്തലിൽ ചെന്നു നോക്കുമ്പോഴുണ്ട് മുഖം നിറയെ
ചിക്കൻപോക്സിന്റെ പാടുകൾപോലെ. മേയ്ക്കപ്പിട്ട് എത്രയെന്നുവച്ചാണ്
മറയ്ക്കാൻ പറ്റുക? അലർജിക്ക് എന്തോ മരുന്ന് കഴിച്ചതാണുപോലും!
ആർക്കറിയാം? ഏതായാലും മൂന്നാംമാസം അവൾക്ക് വയറ്റിലുമായി.
ഇനി 'പാട്' ഉണ്ടായാലെന്താ ഇല്ലേലെന്താ എന്നൊരു നിലപാടായി
ഡ്രാക്കുളയ്ക്ക്.

ഏതായാലും ഭാര്യയെ ഒന്നൊതുക്കണമെന്ന തോന്നൽ വരുമ്പോൾ
വളരെ സൗമ്യമായി ഒരു കൃത്രിമച്ചിരിയൊക്കെ ചിരിച്ച് ഈ കഥ അയാ
ളങ്ങു തട്ടിവിടും. അവളുചെന്ന് ഒന്നു കണ്ണാടിയിൽ നോക്കും. മനസിലു
ള്ളതുപോലെ ദേഷ്യപ്പെട്ട് ഇതങ്ങു പറയാമെന്നുവച്ചാൽ ഒടുക്കത്തെ പറ
ച്ചിലായിപോകും. പിന്നെ ജന്മത്ത് ഈ നമ്പർ അവളുടെയടുത്ത്
ഏൽക്കില്ല. പെണ്ണല്ലേ വർഗം. എന്തൊക്കെ തരത്തിൽ അഭിനയിച്ചാലാ
ജീവിതം ഒന്നു മുന്നോട്ടു പോകുന്നത്! സത്യമായും ഡ്രാക്കുളയ്ക്ക്
സ്വന്തമായി ഒരു സഹതാപം തോന്നി.

ഡ്രാക്കുളയ്ക്ക് കൂട്ടുകാരുടെ ഒപ്പം ഇടയ്ക്കൊന്ന് പുറത്തു
പോകണം. കാടോ മലയോ വെള്ളച്ചാട്ടമോ ഉള്ളയിടത്ത്. മൊബൈൽ
റെയ്ഞ്ച് ഇല്ലാത്തിടത്താണെങ്കിൽ അത്രയും നല്ലത്.

എന്തിനാണെങ്കിലും മാറിനിൽക്കുന്നു എന്നു പറയുമ്പോൾ
മുൻപൊക്കെ ഭാര്യ ഒരു കുട്ടിയുടെ കാര്യം എടുത്തിടും. ഇപ്പോൾ പിന്നെ

രണ്ടെണ്ണത്തിന്റെ കാര്യവുമെടുത്തിട്ട് രണ്ടു കവിളും വീർപ്പിക്കും. പിന്നെ ഒറ്റവഴിയേ ഉള്ളു. പത്തുകൊല്ലം മുമ്പിലത്തെ പാട്. അതിലങ്ങ് വീണു പോകും. ചുമ്മാതല്ല, പെണ്ണുങ്ങൾ മണ്ടികളാണെന്ന് പറയുന്നത്!

എന്തിനാ ഇത്ര കഷ്ടപ്പാടുസഹിച്ച് പോകുന്നത് എന്നു ചോദി ച്ചാൽ സ്വസ്ഥമായി ഇത്തിരി വെള്ളമടിക്കാൻ-അത്രേയുള്ളു. രണ്ടു ദിവസം കോഴീടേം കാളേടേമൊക്കെ കയ്യും കാലും കടിച്ചുതിന്ന്, പുഴ മീൻ ചുട്ടുതിന്ന് ഫോറിനും നാടനും മാറിമാറി അടിച്ച് ഒരൊഴിവുകാലം. തലപുകയുന്ന പണിക്കിടയിൽ ഇതും കൂടിയില്ലെങ്കിൽ ഭ്രാന്താവും എന്നാണ് ഡ്രാക്കുളയുടെ പക്ഷം.

അതല്ലെങ്കിൽ ചിലപ്പോൾ മുത്തശ്ശിയുടെ വീട്ടിൽ അവിടെ എലി ചത്തുണങ്ങിക്കിടക്കുന്ന നിലവറകൾ കണ്ണപ്പനുമൊത്ത് തുറന്ന് വൃത്തി യാക്കി, പൊന്തക്കാട്ടിൽനിന്ന് മുയലുകളെ പിടിച്ച് കറിവെച്ച്, കണ്ണപ്പനു മൊത്ത് കശുമാങ്ങ വാറ്റി, മുത്തശ്ശിയറിയാതെ പർവതനിരകൾക്കു പിന്നി ലൊളിച്ച് ഒരു 'കുടി'ക്കാലം !

അങ്ങനെയിരിക്കെയാണ് ഡ്രാക്കുളയ്ക്ക് ഒരു കൂട്ടുകാരിയെ കിട്ടു ന്നത്. അവൾക്ക് കവിതയുടെ അസുഖമുണ്ടായിരുന്നു. ഞായറാഴ്ച പ്രണ യത്തിന് അവധിയാണെന്നും കാമുകഭർത്താക്കന്മാരൊക്കെ അന്ന് ഗൃഹ സ്ഥന്മാരാണെന്നുമുള്ള ഒരു കവിത ഡ്രാക്കുളയ്ക്ക് നന്നേ പിടിച്ചു.

പ്രണയം വരുമ്പോൾ ദംഷ്ട്രകൾ വെളിപ്പെടുകയില്ലല്ലോ. ആ സ്നേഹസ്വരൂപനെ അവൾക്കും ഇഷ്ടപ്പെട്ടു. നിരയൊത്ത പല്ലുകളുണ്ടാ യിട്ടും അയാളെ ഡ്രാക്കുള എന്ന് കാതരമായി വിളിച്ചു. അങ്ങനെയാണ് ബ്രാംസ്റ്റോക്കർ പോലുമറിയാതെ ഡ്രാക്കുള പുനർജനിക്കുന്നത്.

ഡ്രാക്കുള തന്റെ ജീവചരിത്രം മുഴുവൻ അവളെ പറഞ്ഞു കേൾപ്പിച്ചു. ഡയറിയിൽ എഴുതപ്പെട്ട ലിഖിതങ്ങളടക്കം. അവൾ പക്ഷേ അത്രയ്ക്ക ങ്ങോട്ട് ചരിത്രപുരാണം നടത്തിയില്ല. പെണ്ണല്ലേ. എത്ര കവിതയെഴുതി എന്നു പറഞ്ഞാലും അത്രയ്ക്കങ്ങ് ചങ്ക് പുറത്തു കാട്ടുമോ ?

ചില ഇഷ്ടങ്ങൾ അങ്ങനെയാണ്. അവ വളരെ ദൂരത്തുനിന്നും വരും. അരൂപിയായി പിടിച്ചുമുറുക്കും. കാണാതിരുന്നും കാണും, കേൾക്കാതി രുന്നും കേൾക്കും. പറയാതെ തന്നെ എല്ലാം തിരിച്ചറിയും. പുഞ്ചിരി യുടെയും മൗനത്തിന്റെയും ചിഹ്നങ്ങളിട്ട് ഇഷ്ടങ്ങളുടെ മഴയിലേക്കും വെയിലിലേക്കും ഇറങ്ങി നടക്കും.

നാൽപ്പതിനുശേഷമുള്ള പുരുഷ പ്രണയങ്ങൾ വളരെ ശക്തമായി രിക്കും. വേർപെടുത്താനാകാത്ത ഒരൊട്ടിച്ചുചേർക്കൽ അവിടെയു ണ്ടാകും. ഓട്ടപ്രദക്ഷിണങ്ങൾ കഴിഞ്ഞ് സ്വസ്ഥമാകും. കാലത്തെ തളി രില പച്ചകെടാതെ തീയിലും ജ്വലിച്ചു നിൽക്കും.

ഡ്രാക്കുള ഇപ്പോൾ മുത്തശ്ശിയുടെ വീടിനെ കൂടുതലായി സ്നേഹിച്ചു. കൂട്ടുകാരിയെ സ്വസ്ഥമായിരുന്ന് സ്വപ്നം കാണാമല്ലോ. രാത്രിയിൽ വലിയ ഒരു വവ്വാൽ മച്ചിൽ തട്ടി ശബ്ദമുണ്ടാക്കി പുറത്തു പോകുന്നു എന്ന് മുത്തശ്ശി കൊതി പറഞ്ഞു. അതിന്റെ ഇറച്ചി ഒരു ദിവ

സത്തേക്ക് തിന്നാനുണ്ടാകുമെന്നും അവർ പറഞ്ഞു. പല രാത്രികളിലും അതിനെ അടിച്ചു വീഴ്ത്താൻ കാത്തുനിന്നിട്ടും അത് രക്ഷപ്പെട്ടുപോകുന്നുവെന്ന് അവർ പരാതിപ്പെട്ടു. ഡ്രാക്കുളയും കണ്ണപ്പനും ഒരു രാത്രി അതിനെ പിടിക്കുവാൻ ഉറക്കമിളച്ചെങ്കിലും കിട്ടിയില്ല.

മുത്തശ്ശിയറിയാത്ത ഒരു രഹസ്യവും ഡ്രാക്കുളയ്ക്കുണ്ടായിരുന്നില്ല. ഡ്രാക്കുളയ്ക്ക് പ്രിയപ്പെട്ടതെന്തും മുത്തശ്ശിക്കും ഇഷ്ടമാണ്. "ആ വലിയ വവ്വാലിനെ പിടിച്ച് അവൾക്ക് പൊരിച്ചുകൊടുക്കണം." മുത്തശ്ശിക്ക് ഇതിലധികം എങ്ങനെ സ്നേഹം പ്രകടിപ്പിക്കണമെന്നറിയാതെയായി.

ഡ്രാക്കുള കൂട്ടുകാരിയോടു പറഞ്ഞു. "മുത്തശ്ശിക്ക് കാണണമത്രേ. എനിക്കും..."

"നേരിൽ കണ്ടാൽ ഞാൻ തിരിച്ചറിയുമോ?" കൂട്ടുകാരി സന്ദേഹിച്ചു.

"നിന്നെ കാണുമ്പോൾ എന്റെ ദംഷ്ട്രകൾ പുറത്തുവരും." ഡ്രാക്കുള പൊട്ടിച്ചിരിച്ചു.

സ്വപ്നദൂരങ്ങൾ കടന്ന് കൂട്ടുകാരി അറിയിച്ചു. "വെക്കേഷൻ ആകട്ടെ. അപ്പോൾ മോനെ നാട്ടിൽ ആക്കിയിട്ട് വരാം."

ചിലപ്പോഴൊക്കെ ഡ്രാക്കുള ചിന്തിക്കാറുണ്ട്. രണ്ടു വിവാഹിതർക്ക് പരസ്പരം കാണാതെ തന്നെ എങ്ങനെ ഇത്രയും പ്രണയിക്കാനാകുന്നു എന്ന്? ജീവിതത്തിന്റെ ഏതു വഴികളിൽ വച്ചാണ് ഒരാൾക്ക് ഒരു പ്രണയം വേണമെന്നു തോന്നുന്നത്?

"എന്റെ ജീവിതത്തെയും വഴികളെയും നിന്റെ സൗരഭ്യം എത്ര സജീവമാക്കുന്നുവെന്നോ..." ഇങ്ങനെ ഡ്രാക്കുള ഡയറികൾ കൂട്ടുകാരിയെ കൊണ്ടു നിറഞ്ഞു. കാണാ പ്രണയത്തിന്റെ മധുരവഴികളിലെ രഹസ്യ സ്വഭാവം പരസ്പരം സൂക്ഷിച്ചു.

ഡ്രാക്കുള അല്ലെങ്കിലും രഹസ്യം സൂക്ഷിക്കുന്നവനാണ്. അർധരാത്രിയിൽ ആരും കാണാതെ പുറത്തുകടക്കുന്നവനാണല്ലോ.

"എന്റെ കഴുത്തിൽ എന്തോ കടിച്ചതുപോലെയുള്ള പാടുകൾ കാണുന്നു." കൂട്ടുകാരി പറഞ്ഞു.

"വല്ലാത്ത ക്ഷീണമുണ്ട്. ഞാൻ അനീമിക് ആണെന്ന് ഡോക്ടർ പറഞ്ഞു. നിങ്ങൾ എന്തിനാണ് എന്റെ രക്തമിങ്ങനെ കുടിച്ചു തീർക്കുന്നത്?" കൂട്ടുകാരി ദേഷ്യപ്പെട്ടു.

"ഇവിടേക്കു വരൂ. വന്ന് വവ്വാലിറച്ചി ഭക്ഷിക്കൂ. നിന്റെ എല്ലാ പ്രശ്നവും മാറും." ഡ്രാക്കുള പോംവഴി കണ്ടെത്തി.

ഒരു സുപ്രഭാതത്തിൽ മുത്തശ്ശി പ്രഖ്യാപിച്ചു. "എനിക്ക് കാഴ്ച നഷ്ടപ്പെട്ടിരിക്കുന്നു."

കണ്ണപ്പൻ മുത്തശ്ശിയെ സൂക്ഷിച്ചു നോക്കി. ഇനി അയാൾക്ക് മുത്തശ്ശിയെ എപ്പോൾ വേണമെങ്കിലും കൊല്ലാം. ഏതു നേരത്തും എന്തുവേണമെങ്കിലും കടത്തിക്കൊണ്ടുപോകാം. മുത്തശ്ശിയുടെ കാത് കറുത്തു കൂർത്തിരിക്കുന്നത് അയാളെ ഒട്ടു സംഭ്രമപ്പെടുത്തി. കാഴ്ച നഷ്ടപ്പെടുന്നവരുടെ കാത് കൂർത്തുപോകുമോ?

ഇരുട്ടിലൂടെ നീന്തിവന്ന് ഡ്രാക്കുള മുത്തശ്ശിയെ സമാധാനപ്പെടുത്തി. പട്ടണത്തിലെ ഡോക്ടറെ കാണിച്ച് കാഴ്ച തിരിച്ചു നൽകാമെന്ന് സമാ ധാനിപ്പിച്ചു. എന്നാൽ മുത്തശ്ശിയാകകട്ടെ തന്റെ ജീവിതത്തിന് ഇനി വാതി ലുകളും ജനാലകളുമില്ലെന്ന് നിസ്സംഗതയോടെ അറിയിച്ചു.

പ്രണയം ധീരമായ നിലപാടാണ്. അതുകൊണ്ടാണ് ഒരൊഴിവുകാല സായാഹ്നത്തിൽ മുത്തശ്ശിയുടെ നാട്ടിലെ ബസ്സ്റ്റോപ്പിൽ കറുത്ത നീളൻ പൊട്ടിട്ട മഞ്ഞ ഷിഫോൺ സാരിയും കാത്ത് ഡ്രാക്കുള നിന്നത്. ഉണ്ടക്കണ്ണും നീളൻപൊട്ടും കൂട്ടിമുട്ടി പുഞ്ചിരിച്ചു.

"പേടി മാറിയോ?" ഒടുവിൽ ഡ്രാക്കുള ചോദിച്ചു. കൂട്ടുകാരി പിന്നെയും ചിരിതൂകി. ഒരുപാട് സ്നേഹം വരുമ്പോൾ അവളി ങ്ങനെയാണല്ലോ. ഡ്രാക്കുള ഓർത്തു.

"പറയ്" ഇപ്പോൾ ഡ്രാക്കുളയുടെ ശ്വാസം അവളുടെ നീളൻ പൊട്ടിനെ കടന്നുപോയി. സത്യത്തിൽ ഡ്രാക്കുളയ്ക്ക് അവളെയൊന്ന് കെട്ടിപ്പിടിച്ച് ഞെരിച്ചുടച്ച് രക്തം കുടിക്കാനാണു തോന്നിയത്. വഴിവ ക്കിലായതുകൊണ്ട് ഡീസന്റായതാണ് !

"ദംഷ്ട്ര കണ്ടില്ല." കൂട്ടുകാരി പിന്നെയും ചിരിച്ചു.

"ഹൊ, ഒന്നു മിണ്ടിക്കേട്ടല്ലോ." ഡ്രാക്കുളയങ്ങ് ആർദ്രചിത്തനാ യിപ്പോയി.

ഡ്രാക്കുള അവളുടെ കയ്യിൽനിന്നും ബാഗ് വാങ്ങി കാറിൽ വച്ചു. അപ്പോൾ ഡ്രാക്കുളയുടെ വിരലുകൾ അവളുടേതുമായൊന്ന് തൊട്ടു. അന്നേരം ഇരുമുഖവും ചുവന്നു. അവളുടെ ചുണ്ടുകൾ വിറച്ചു. അവന്റെ കണ്ണുകൾ വിടർന്നു പൂവിട്ടു.

ഡ്രൈവ് ചെയ്തുകൊണ്ടിരുന്ന ഡ്രാക്കുളയുടെ ചുവന്ന ചെക്ക് ഷർട്ടിനെ മഞ്ഞസാരിയും വന്നൊന്ന് തൊട്ടുരുമ്മി.

"എന്താ ഒന്നും മിണ്ടാത്തത്?" ഡ്രാക്കുള ഡ്രൈവിങ്ങിനിടെ അവ ളുടെ കൈകളിലൊന്ന് അമർത്തി. അവളുടെ വിരലുകൾ വിറകൊണ്ടു. അപ്പോൾ ഡ്രാക്കുളയ്ക്ക് അവളുടെ വലംകണ്ണിന്റെ ചാരെയുള്ള മുറി പ്പാടിന്റെ ചതുരത്തിൽ ഉമ്മവെക്കാൻ തോന്നി.

ടാർറോഡുകടന്ന് ചരൽപ്പാതയിലൂടെ കാറുനീങ്ങി. പൊന്തക്കാടു കളും വർണപ്പൂവുകളും പേറിയാക്കിളികളും പ്രണയവും. ഡ്രാക്കുള യുടെ കാറിലൊളിച്ചിരുന്ന പങ്കജ് ഉദാസിന് പാടാതെ വയ്യെന്നായി.

ദൂരെ മുത്തശ്ശിയുടെ കൊട്ടാരം കാണായി. കുന്നിൻചെരിവിലെ പ്രാചീനകെട്ടിടം. കുമ്മായമിളകി നിറംമങ്ങിയ ചുവരുകൾ, അടഞ്ഞു കിട ക്കുന്ന ജനാലകൾ. കുന്നിൻചെരിവിറങ്ങി മേൽക്കുരയിൽ തൊട്ടു നിൽക്കുന്ന ഇരുട്ട്. മുത്തശ്ശി ഇരുട്ടിലേക്കു നോക്കി വെളിച്ചം കണ്ടു.

"ഉണ്ടാക്കി വയ്ക്കുന്നതൊന്നും കഴിക്കത്തില്ല." കണ്ണപ്പൻ പരാതി പറഞ്ഞു. "എന്നാലും നേരം വെളുക്കുമ്പോൾ വവ്വാലിന്റെ തലയും തൊലിയുമൊക്കെ കാണാം." കണ്ണപ്പൻ പരാതി തീർത്ത് പിന്നെയും ചോദിച്ചു.

" കൊച്ചുങ്ങളെ കൊണ്ടുവരാഞ്ഞതെന്താ?"

ഇരുവരും മുഖത്തോടു മുഖം നോക്കി. ഭാര്യയാണെന്ന് കണ്ണപ്പൻ വിചാരിച്ചിട്ടുണ്ടാകണം.

കൂട്ടുകാരിയെ അനുഗ്രഹിച്ചുകൊണ്ട് മുത്തശ്ശി ചോദിച്ചു. "കഴു ത്തിലെ വേദന കുറവുണ്ടോ? രക്തമൊക്കെ വച്ചോ?"

ഇതൊക്കെ മുത്തശ്ശി എങ്ങനെയറിഞ്ഞു എന്ന് ഡ്രാക്കുള അതിശ യിച്ചു. ഡ്രാക്കുള തിരക്കിയില്ലല്ലോ എന്നൊരു പരിഭവം കൂട്ടുകാരിക്കണ്ണിൽ തിളങ്ങി.

മുത്തശ്ശി ഒന്നും കഴിക്കുന്നില്ല എന്ന് കണ്ണപ്പൻ വെറുതെ പറഞ്ഞ താകും. ഡ്രാക്കുള വിചാരിച്ചു. മുത്തശ്ശി ഒട്ടും ക്ഷീണിതയല്ല. പിന്നെ അൽപ്പം കൂടി കറുത്തിരുണ്ടിട്ടുണ്ട്. കാഴ്ച നഷ്ടപ്പെടുന്നവർ കറുത്തുപോ കുമോ? വിസ്മയകരമായ ഒരു കാഴ്ചകൂടി ഡ്രാക്കുള കണ്ടു. ഇപ്പോൾ മുത്തശ്ശിയുടെ ചെവികൾ കൂർത്തിരിക്കുന്നു. ശരിക്കും ഒരു വവ്വാ ലിന്റെപോലെ കറുത്ത് കൂർത്ത്.

ഡ്രാക്കുള അവളെയും കൂട്ടി അകത്തുകടന്നു. മുറിക്കുള്ളിൽ ചില ന്തിവലയും പൊടിപടലങ്ങളും വവ്വാൽ കാഷ്ഠങ്ങളും ഒക്കെ ചേർന്ന് ദുരൂ ഹമായ മണവും മൗനവും നിറച്ചു. പ്രാചീനമായ അലങ്കാരവസ്തുക്ക ളുടെ അരണ്ട ചിരി അവളെ ഭയപ്പെടുത്തി. കോണിപ്പടികൾ കടന്ന് അവർ ഡ്രാക്കുളയുടെ മുറിയിലെത്തി. മറ്റുള്ളതിൽനിന്ന് വ്യത്യസ്തമായി വൃത്തിയുള്ള മുറിയായിരുന്നു അത്. എന്നാൽ ഭിത്തിയിൽ സ്റ്റഫു ചെയ്തു വച്ചിരുന്ന ഒരു വലിയ വവ്വാൽത്തല കണ്ട് ഭയന്ന് കൂട്ടുകാരി ഡ്രാക്കു ളയെ മുറുകെ പിടിച്ചു. തുറന്നിരുന്ന അതിന്റെ വായിൽനിന്ന് വലിയ നാക്ക് പുറത്തേക്കു നീണ്ടുകിടന്നു.

ഡ്രാക്കുള കൂട്ടുകാരിയെ നെഞ്ചോടു ചേർത്തു. നെറുകയിൽ ചുണ്ടു ചേർത്ത് പേടി ഒപ്പിയെടുത്തു. അവളുടെ ഇടം കഴുത്തിലെ പാടിൽ ഡ്രാക്കുള ചുണ്ടു ചേർത്തു. പ്രണയത്താൽ മിഴി പാതികൂമ്പി അവൾ ഡ്രാക്കുളയോടു ചേർന്നു നിന്നു.

"എന്തോ ഒന്ന് അങ്ങോട്ടു പോയി" കൂട്ടുകാരി നിലവിളിച്ചു.

"ആരും വരില്ല" ഡ്രാക്കുള സമാധാനിപ്പിച്ചു. "ഞാനില്ലേ, പേടി ക്കേണ്ട."

താഴത്തെ നിലയിൽനിന്ന് വല്ലാത്ത ഒച്ചയുയർന്നു. എന്തൊക്കെയോ നിലത്തുവീഴുന്നതും പൊട്ടിച്ചിതറുന്നതുമായ ഒച്ചകൾ. താഴത്തെ മുറി യിലെങ്ങും ഇരുട്ടായിരുന്നു. കരിമ്പൂച്ചയുടേതുപോലെയുള്ള രണ്ടു കണ്ണു കൾ ഇരുട്ടിൽ തിളങ്ങുന്നതു കണ്ടു. ഡ്രാക്കുളയുടെ ശ്വാസവും ഒന്നു നിലച്ചു. അയാൾ വേഗം ചെന്ന് ലൈറ്റിട്ടു.

മുത്തശ്ശി!

ഒരു വലിയ വടിയുമായി മുറിയിൽ പാറി നടക്കുന്ന വവ്വാലുകളെ അവർ അടിച്ചു വീഴ്ത്താൻ നോക്കുകയായിരുന്നു. അവരുടെ മുഖ ത്തെയും ശരീരത്തിലെയും കറുപ്പുനിറം ഏറിയിരുന്നു.

"എന്താ മുത്തശ്ശീ ഈ കാട്ടുന്നത്? എവിടെയെങ്കിലും വീണാലോ?" ഡ്രാക്കുള ശാസിച്ചു.

അടിച്ചു വീഴ്ത്തിയ ഒരു വവ്വാലിനെയും കൊണ്ട് ഇരുട്ടിലൂടെ മുത്തശ്ശി അടുക്കളയിലേക്കുപോയി. കാഴ്ചയുള്ളവരെപ്പോലെ.

ഇരുട്ടും തണുപ്പും കൂടിയപ്പോൾ പങ്കജ് ഉദാസ് കാറിൽനിന്നുമിറങ്ങി മുറിയിലേക്കു വന്നു. ചുവപ്പു വിരിയിട്ട മേശമേലിരുന്ന് അയാൾ മൃദു വായി പാടാൻ തുടങ്ങി. ഗസലിന്റെ സാന്ദ്രധാര. ആ മാന്ത്രിക ചാരുത യിൽ മറ്റെല്ലാമൊഴിഞ്ഞുപോയി. കൂട്ടുകാരിയുടെ മുഖത്ത് പൂവിരിഞ്ഞത് ഡ്രാക്കുളയെ സന്തോഷപ്പെടുത്തി. അയാൾ പങ്കജ് ഉദാസിനോട് കുറ ച്ചുകൂടി ഉച്ചത്തിൽ പാടാൻ പറഞ്ഞു. ലോകത്തിൽനിന്ന് എല്ലാ സംഭ്രമ ങ്ങളും തിന്മകളും ഒഴിഞ്ഞു പോകട്ടെ.

ഡ്രാക്കുള കൂട്ടുകാരിയുടെ കണ്ണുകളിലേക്കു നോക്കി പുഞ്ചിരിച്ചു. "ഇപ്പോൾ ദംഷ്ട്രകൾ കാണാം." അവൾ ചുണ്ടനക്കി.

"പ്രണയദംഷ്ട്രകൾ" ഡ്രാക്കുള പൊട്ടിച്ചിരിച്ചു. പിന്നെ പറഞ്ഞു: "നിനക്കുമുണ്ട് അവ. ഇതാ തേന്മറുകുള്ള കീഴ്ച്ചുണ്ടും കടന്ന് അവ നീണ്ടുവരുന്നു." ഡ്രാക്കുള കൂട്ടുകാരിയുടെ ചുണ്ടിൽ തൊട്ടു.

പൊടുന്നനെ അവൾ അവന്റെ ഇടം കഴുത്തിൽ ദംഷ്ട്രകൾ ആഴ്ത്തി. പങ്കജ് ഉദാസ് ലജ്ജിച്ചു കണ്ണുകൾ അടച്ചു. അദ്ദേഹം മറ്റൊരു ഗസൽ മൂളി.

മൃദുവായ ഒരു തരിപ്പ് ഡ്രാക്കുളയ്ക്കനുഭവപ്പെട്ടു. കഴുത്തിൽ നിന്നും ആ തരിപ്പ് ദേഹം മുഴുവൻ വ്യാപിച്ചു. രക്തം കുടിച്ച് ചുവന്നു തുടുത്ത മാദകവവ്വാൽ പോലെ ഡ്രാക്കുളയെ ചുറ്റിപ്പിണഞ്ഞ് അവൾ കിടന്നു. അവളുടെ ദംഷ്ട്രയിൽനിന്ന് ഇറ്റ് മാറിന്റെ വിടവിലൂടെ താഴേക്ക് പിന്നെയും താഴേക്ക് ഒഴുകിയ രക്തത്തുള്ളികളെ വിചിത്രസ്വരം പുറ പ്പെടുവിച്ചുകൊണ്ട് ആവേശപൂർവം ഡ്രാക്കുള നക്കിയെടുത്തു.

ഡ്രാക്കുള അവളുടെ ചുവന്നു തുടുത്ത തൊലിമുഴുവൻ കടിച്ചുരി ച്ചുമാറ്റി. ഇടുക്കുകളിലും വിടവുകളിലുമുള്ളവ കുറച്ചു ശക്തിയോടെ കടി ച്ചുകുടഞ്ഞു. നനുത്ത രോമങ്ങൾ ഒന്നും തന്നെ അടർന്നു പോകാതിരി ക്കാൻ പ്രത്യേകം ശ്രദ്ധിച്ചു. മലകിടുങ്ങുമാറുച്ചത്തിൽ, കാറ്റിന്റെ ഹുങ്കാ രത്തെക്കാൾ മുഴക്കത്തിൽ അവളിൽനിന്ന് സീൽക്കാരമുയർന്നു.

അതുകേട്ട് കുന്നിൽമുകളിലെ സകല പാമ്പുകളും മാളങ്ങളിൽനിന്ന് പുറത്തുവന്ന് ഇണകളെ ചുറ്റിവരിഞ്ഞ് വിഷപ്പല്ലാഴ്ത്തി. പൊന്തക്കാടു കൾ അനക്കമറ്റു. മരച്ചില്ലകൾ അടർന്നുവീണു. മച്ചിൽ തൂങ്ങിയാടിയ വവ്വാലുകൾ കൂട്ടത്തോടെ പറന്നു പൊങ്ങി. അവ മുറികളിലൂടെ തലങ്ങും വിലങ്ങും പാറിനടന്നു.

ഇരുട്ടിൽ കറുത്ത കണ്ണുകൾ തിളങ്ങി. അവ വവ്വാലുകളെ അടിച്ചു വീഴ്ത്താൻ നോക്കി. ശാപവാക്കുകൾ അലറി. എന്നാൽ വവ്വാലുകൾ വിദഗ്ധമായി വടിക്കിടയിലൂടെ ഒഴിഞ്ഞുമാറി തോൽച്ചിറകുവിടർത്തി പറന്നു നടന്നു.

പെട്ടെന്ന് ഭയപ്പെടുത്തുന്ന ഒരൊച്ച ഉയർന്നു. പിത്തളപാത്രങ്ങൾ ഉരുണ്ടു വീണു. ആനക്കൊമ്പിൻ ശിൽപ്പങ്ങൾ പൊട്ടിത്തകർന്നു. വേരിൽ തീർത്ത മയിലിന് ജീവൻ വച്ചു. ഒരു വലിയ വവ്വാലിന്റെ നെറുക പൊട്ടിപ്പിളർന്നു. "എന്നെ പറ്റിക്കുന്ന വലിയ വവ്വാൽ. എനിക്കതിനെ കിട്ടി." മുത്തശ്ശി അട്ടഹസിച്ചു. പിന്നെയും അതിനെ അടിക്കാൻ ഓടിയടുത്തു.

പാറി നടന്നിരുന്ന അനേകം വവ്വാലുകളിലൊന്ന് അവരുടെ കണ്ണ് കടിച്ചെടുത്തു. പകൽ മാത്രമല്ല, ഇരുട്ടിലും ഇനിയവർക്ക് കാണാൻ കഴി യില്ല. മറ്റു വവ്വാലുകൾ പകയോടെ അവരുടെയടുത്തേക്ക് പാഞ്ഞെത്തി. കഴുത്തിലെ ഞരമ്പിൽ കടിച്ചു തൂങ്ങിയ ഒരെണ്ണം അവരുടെ രക്തം മുഴു വൻ ഊറ്റിക്കുടിച്ചു. മറ്റുള്ളവ അവരുടെ ശരീരത്തിൽ കടിച്ചുതൂങ്ങി അവരെ തിന്നാൻ തുടങ്ങി.

മച്ചിന്റെ ഏറ്റവും മുകളറ്റത്ത് വവ്വാലുകളെപ്പോൽ ഡ്രാക്കുളയും കൂട്ടുകാരിയും തലകീഴായി കിടന്നു. അവളുടെ ചുവന്ന നെയിൽപോളി ഷിട്ട കാൽവിരലുകൾ മച്ചിന്റെ വിടവിൽ പിടിമുറുക്കി. സ്വർണപാദസരം കാൽവണ്ണയിലമർന്നു. ഡ്രാക്കുള അവളുടെ പാദത്തോടു ചേർത്ത് തന്റെ പാദം കൊരുത്തു. ഇരുകൈ കൊണ്ടും ഇറുകെ പുണർന്നു ദംഷ്ട്രകൾ പരസ്പരം കോർത്തു. പിന്നെ അവളിലേയ്ക്കാഴ്ത്തി. ആഴത്തിൽനിന്നും തീപ്പൊരികൾ ഉതിർന്നു. വീട് ആളിക്കത്തി. അസംഖ്യം വവ്വാലുകൾ പറന്നുലഞ്ഞ് അവർക്ക് കാവൽ നിന്നു.

3
പൂച്ച

ഒരു പൂച്ചയ്ക്ക് ഒരാളുടെ ജീവിതത്തെ എത്രത്തോളം സ്വാധീനി ക്കാനാകും?

"ഒരു പൂച്ചയോളം മാത്രം! അല്ലാതെന്താ?" എത്ര ലാഘവത്തോടെ യാണ് നമ്മൾ പറഞ്ഞുപോകുന്നത്.

എന്നാൽ തമ്പുരാന് അത് അത്ര ലാഘവത്തോടെ കാണാൻ പറ്റുന്ന കാര്യമായിരുന്നില്ല.

കട്ടിലിനടിയിൽ ഒരു പൂച്ചയെ ഒളിപ്പിച്ചുകൊണ്ട് ഉറങ്ങേണ്ടി വരിക. പൂച്ചക്കുരുകലിൽ ഉറക്കം മുറിയുക. അതിനെ ഓടിക്കാൻ നീണ്ട വടി തേടുക. കണ്ണാടിഗ്രാനൈറ്റ് തറയിൽ 'സ്ഥലജലവിഭ്രമപ്പൂച്ച' കാണുക. ഏതിനെത്തല്ലണമെന്ന കൺഫ്യൂഷനിലാവുക. വീണ്ടും ഏസീത്ത ണുപ്പിൽ പള്ളികൊള്ളുക. ഇതായിരുന്നു തമ്പുരാന്റെ രാത്രിചര്യകൾ.

ഈ പൂച്ച തമ്പുരാന്റെ ജീവിതത്തിൽ വന്ന് ആദ്യമായി 'മ്യാവൂ' പറഞ്ഞത് ഒരു വെളുപ്പാൻ കാലത്താണ്. അന്ന് മുറിക്കകത്ത് ഏസിത്ത ണുപ്പ്. മുറിക്ക് പുറത്ത് ഡിസംബർത്തണുപ്പ്. തമ്പുരാന്റകത്ത് കുതിര ച്ചൂട്. പാതിരാവോളം ഇരുന്ന് മൂക്കുമുട്ടെ അകത്താക്കിയ റം കഴിച്ച് കുതി രകൾ പോരുതുടങ്ങി. മൂക്കിലൂടെ കുതിര ശ്വാസവും വായിലൂടെ കുതി രയൊച്ചയും പുറത്തുപോയി.

സുഹൃത്തുകൾ സമ്മാനിച്ച 'തമ്പുരാൻ' എന്ന സ്ഥാനപ്പേരിന്റെ മകു ടവും ചാർത്തി കുതിരപ്പുറത്തിരുന്ന് വാൾ വലിച്ചൂരി ശത്രുവിനെ വെട്ടാ നാഞ്ഞപ്പോഴാണ് ഒരു 'മ്യാവൂ' കേട്ടത്. അതോടെ എല്ലാം ഒരു സിനിമാ ഫ്രെയിമിലെന്നോണം മാഞ്ഞു. അവിടെ രണ്ടു പൂച്ചക്കണ്ണുകൾ പ്രത്യ ക്ഷമായി. പിന്നെ ഫ്രെയ്മിലേക്ക് പതുക്കെ ഒരു മുഴുവൻ പൂച്ചയും. അതിന്റെ ദേഹത്ത് ഒരു രോമം പോലുമില്ലായിരുന്നു. മരുഭൂമിപോലത്തെ പൂച്ച! തമ്പുരാൻ മന്ദഹസിച്ചു. കുലുങ്ങിച്ചിരിച്ചു. അട്ടഹസിച്ചു.

സ്വന്തം ചിരിയിൽ പേടിച്ച് തമ്പുരാൻ പെട്ടെന്ന് ഞെട്ടിയുണർന്നു. രോമമില്ലാത്ത പൂച്ചയെക്കുറിച്ചോർത്തപ്പോൾ മനംപുരട്ടൽ വന്നു. വാഷ്ബെയ്സിനരികിലെത്തും മുമ്പ് തമ്പുരാൻ ഛർദിച്ചു. റമ്മും കോഴി ക്ഷണങ്ങളും മിക്സു ചെയ്ത ദുർഗന്ധപൂരിതമായ ഒരു വസ്തു ശരിക്കും പൂച്ചയുടെ ആകൃതിയിൽ തറയിൽ രൂപംപൂണ്ടു.

ഇപ്പോൾ സ്വാഭാവികമായും ഒരു സംശയമുദിക്കും. തമ്പുരാൻ തനി ച്ചാണോ, ഒപ്പം ഭാര്യയുണ്ടോ, കുട്ടികളുണ്ടോ, ആരാണ് ആ ഛർദിൽ തുടച്ചത്? എന്നൊക്കെ. പക്ഷേ നമുക്കറിയാമല്ലോ, ആരൊക്കെയുണ്ടെ ന്നുപറഞ്ഞാലും ഓരോ മനുഷ്യനും ഏകാന്തസഞ്ചാരികളാണെന്ന്. ഉള്ളി ലൊരു കൊടുങ്കാറ്റിന്റെ പ്രചണ്ഡതയും പേറി ശാന്തത അഭിനയിച്ച് രംഗം വിടേണ്ടിവരുന്ന വിശുദ്ധ കോമാളികൾ.

ആൾക്കൂട്ടത്തിന്റെ ഉഷ്ണമേഖലകളിൽ ഏകാന്തതയുടെ ഹിമശൈ ലങ്ങളും പേറി ഓരോരുത്തരും നിൽക്കുന്നു. അപ്പോൾ തമ്പുരാൻ തന്റെ കനത്ത ഏകാന്തതയ്ക്കും ഏസീത്തണുപ്പിനുമിടയ്ക്ക് ആരെ കെട്ടിപ്പി ടിച്ചുറങ്ങും?

ഇത് അനാദികാലം മുതൽക്കേ ഉള്ള പ്രഹേളികയാണ്. ഇതിന്റെ ഉത്തരം പൂച്ചകൾക്കേ അറിയൂ. കാരണം അവയ്ക്ക് ഇരുട്ടിലും കണ്ണു കാണാം. ഭൂമിയറിയാതെ നടന്നുവരാനുള്ള കഴിവുണ്ട്. പഞ്ഞിപ്പാദ ങ്ങൾക്കിടയിൽ ഹൃദയം മാന്തിപ്പൊളിക്കുന്ന ആയുധങ്ങൾ ഒളിപ്പിക്കാ നുള്ള കഴിവുമുണ്ട്. മാത്രമല്ല, അത് കണ്ണടച്ചാണ് പാലുകുടിക്കുന്നതും.

എന്നാൽ തന്റെ സ്വകാര്യതയിലേക്കുള്ള പൂച്ചയുടെ കടന്നുകയറ്റം തമ്പുരാന് തെല്ല് അസ്കിതയുണ്ടാക്കി. ചില ബ്ലാക്ക് ആന്റ് വൈറ്റ് മാർജാ രസ്മരണകൾ വച്ച് 'അധിനിവേശത്തിന്റെ ആത്മരോദനങ്ങൾ' എന്ന വൃത്തമില്ലാത്ത വിലാപകവിത എഴുതിയുണ്ടാക്കി പ്രതിഷേധിക്കുകയും ചെയ്തു. എന്നാൽ പ്രതിഷേധങ്ങൾ നീണ്ടുകൂർത്ത പൂച്ചച്ചെവികളിൽ തട്ടി ത്രീ എക്സ് റമ്മിൽ തെറിച്ചുവീണ് നേർപ്പിച്ചും നേർപ്പിക്കാതെയും ആമാശയഭിത്തികളിൽ കുളമ്പടികൾ സൃഷ്ടിച്ചുകൊണ്ടിരുന്നു.

ഇനി ഒരു ഫ്ലാഷ്ബാക്ക്. അത് തമ്പുരാൻ പക്ഷിയായി അവതരി ച്ചിരുന്ന കാലത്തേക്കുറിച്ചുള്ളതാണ്. തമ്പുരാന്മാരെ ഇങ്ങനെ അനേകം അവതാരമെടുക്കാറുള്ളൂ.

കഷ്ടകാലത്തിന് പക്ഷി ഒരു വിവാഹം കഴിച്ചു. വിവാഹങ്ങൾ നല്ല കാലത്തിനു വേണ്ടിയുള്ളതാണ് എന്നാണ് വയ്പ്. സത്യത്തിൽ അത് അന്യോന്യമുള്ള ഒരു 'വയ്പ്' ആണ്.

സുഖസുന്ദരവും സ്വച്ഛവുമായ ഒരു ജീവിതം നയിക്കുന്നവന് എന്തൊക്കെ ചെയ്യാം. പാതിരാത്രിയിൽ ആകാശവും നോക്കി പുൽത്ത കിടിയിൽ മലർന്നു കിടക്കാം. ഉച്ചവരെ മുടിപ്പുതച്ചുറങ്ങാം. മൂക്കുമുട്ടെ വെള്ളമടിക്കാം. കൂട്ടുകാരുടെ കൂടെ ചുറ്റിയടിക്കാം. തോന്നുമ്പം വീട്ടിൽ വരാം.... അങ്ങനെയങ്ങനെ.

മറ്റുള്ളവർ ഉത്തരവാദിത്വമില്ലാത്തവനെന്ന് പറഞ്ഞേക്കാം. അത്

സാധാരണമാണ്. ഒരാളുടെ ജീവിതത്തിൽ എപ്പോഴും പ്രശ്നമുണ്ടാക്കു ന്നത് 'മറ്റുള്ളവരാണ്.' അതൊഴിച്ചാൽ ജീവിതം സ്വച്ഛന്ദ ശാന്തം!

അങ്ങനെയാണ് മാതാവിന്റെ നിർബന്ധവും ആവലാതികളും വാതവും സഹിക്കാൻ വയ്യാതെ പക്ഷി വിവാഹത്തിന് സമ്മതിച്ചത്. അതോടെ അതിനെ ഒരു പെണ്ണുവന്ന് 'കെട്ടി.'

പക്ഷി ഒരുത്തിയെ കാണുന്നത് ആദ്യമായിട്ടായിരുന്നു. പക്ഷി ഒന്നു തൊട്ടപ്പോൾ അവളുടെ വലിയ കണ്ണ് വിടർന്നു. അതോടെ പക്ഷി അവളെ ഒന്നു കൊത്തി. അവൾ ഒന്നു കുറുകി. അന്നേരം അവൾക്ക് വലിയ രണ്ട് പുള്ളിച്ചിറക് മുളച്ചു. പക്ഷിയും പെണ്ണുംകൂടി വേഗം വേഗം ഉയരത്തിൽ പറക്കാൻ തുടങ്ങി. പറന്നുപറന്ന് ആപ്പിൾതോട്ടത്തിന്റെ വാതിൽക്കൽ എത്തിയപ്പോൾ മുറിയിൽ അടുക്കിവച്ചിരുന്ന സമ്മാനപ്പൊതികൾ ചട പടാ തറയിലേക്ക് വീണു. അതോടെ പക്ഷി വിരണ്ട് താഴെവീണു. പിട ഞ്ഞെണീറ്റ് നോക്കുമ്പോൾ മുറിക്കകത്തുകൂടി നെടുകയും കുറുകയും കുറെ 'മ്യാവൂ.'

പിറ്റേന്ന് സമ്മാനങ്ങൾ അവിടുന്നെടുത്ത് മാറ്റിയിട്ടും വീണ്ടും അതേ നേരത്ത് ഒരു 'മ്യാവൂ'. പറയുക മാത്രമല്ല പഞ്ഞിക്കിടക്കയുടെ ഒത്ത മധ്യത്തുതന്നെ ചാടിവീഴുകയും ചെയ്തു. പക്ഷിച്ചിലയ്ക്കൽ കേട്ട് "എന്താ അവിടെ" എന്ന് ആരോ ഒച്ചയിടുകയും ചെയ്തു.

അതോടെ പെണ്ണ് പൂച്ചയുടെ ശത്രുവായി. രാത്രി മുറിമൊത്തം അരി ച്ചുപെറുക്കി പൂച്ചയുടെ പൊടിപോലുമില്ലെന്ന് ഉറപ്പുവരുത്തി ഉറങ്ങാൻ കിടക്കുമ്പോൾ എന്നും അതേ നേരം ആ നശിച്ച മ്യാവൂ.

പിന്നെ പെണ്ണ് ഗ്യാസ് തീർന്നുപോയതിന്റെയും ഉപ്പും മുളകും വാങ്ങാത്തതിന്റെയുമൊന്നും ആവലാതി പറയാൻ നിന്നില്ല. അവൾ വന്ന പോലെ തിരിച്ചങ്ങ് പോയി. പക്ഷി പിന്നെ ആ നഗരത്തിൽ എത്ര ബാറു ണ്ടെന്ന് എണ്ണാൻ തുടങ്ങി. കണക്കെടുത്തു കണക്കെടുത്ത് ആളൊരു തമ്പുരാനായി.

തമ്പുരാന് പൂച്ചകളോടുള്ള പ്രണയം ഇന്നും ഇന്നലെയും തുടങ്ങി യതല്ല. പൂച്ചയുടെ തറവാട്ടിൽപ്പെട്ട പുലിയും മറ്റും ചരിത്രത്തോട് ക്രൂര മായി പ്രതികരിക്കുമ്പോൾ പൂച്ച സൗമ്യമായി എന്നാൽ തികച്ചും അപ്ര തീക്ഷിതമായാണ് പ്രതികരിക്കുന്നത്. അതുപക്ഷേ തീവ്രമായിരിക്കും.

പുരാതനകാലം മുതൽക്കുതന്നെ പൂച്ച തമ്പുരാനോടൊപ്പമുണ്ടായി രുന്നു. തമ്പുരാൻ 'ഉണ്ണിപ്പു'വായി അവതരിച്ചിരുന്ന കാലത്ത് വാലറ്റത്ത് കരിംചുട്ടിയുള്ള ഒരു ഓമനപ്പൂച്ചയുണ്ടായിരുന്നു. പാദങ്ങളിൽ മുഖമുരസി കട്ടിലിനടിയിലുറങ്ങി അതും ഒരു തമ്പുരാനായി. പക്ഷേ ആ പൂച്ച അപ മൃത്യുവിനിരയാകുകയാണുണ്ടായത്. അതിനുശേഷം ഇന്നോളം ഉണ്ണിപ്പു ഒരു പൂച്ചയെയും സ്നേഹിച്ചിട്ടില്ല; തമ്പുരാനും.

അങ്ങനെ തമ്പുരാൻ പൂച്ചയുടെ ഒപ്പവും പൂച്ച തമ്പുരാന്റെ ഒപ്പവും നടന്ന് കാലത്തിന്റെ അതിരുകൾ ഭേദിച്ച് ആത്മാവിൽ ഒന്നായി. പക്ഷേ ആത്മാക്കൾക്ക് പ്രത്യക്ഷരൂപം ഉണ്ടായിരുന്നു.

പൂച്ചയുടെ ആത്മാവിന് പൂച്ചയുടെ രൂപമാണെന്ന് പറഞ്ഞാൽ തമ്പു
രാൻ സമ്മതിക്കും. പക്ഷേ തമ്പുരാന്റെ ആത്മാവിന് മുന്നോട്ടാഞ്ഞ
വയറും ശിരസിലൊരു ബാരൻ ലാന്റും, വേച്ചുവേച്ചുള്ള നടത്തവും
റമ്മിന്റെ ചൂരും ഉണ്ടാവില്ലേ എന്നാരെങ്കിലും ചോദിച്ചാൽ തമ്പുരാൻ
കുഴയും.

തമ്പുരാൻ ഒരേ നേരം ഈശ്വരനെ വിശ്വസിക്കുകയയും അവിശ്വസി
ക്കുകയും ചെയ്തു എന്നതിന് ഒട്ടേറെ തെളിവുകളുണ്ട്. ഉദാഹരണത്തിന്
തമ്പുരാൻ പറയുന്നത് പൂച്ചയെ ദൈവം സൃഷ്ടിച്ചതാണ് എന്നാണ്.
പക്ഷേ 'തമ്പുരാന്റെ ജീവിതത്തിൽ പൂച്ചയെ ചെകുത്താൻ സൃഷ്ടിച്ച
തല്ലേ' എന്ന് ഏതെങ്കിലും ഭൃത്യൻ ചോദിച്ചാൽ ഉത്തരം രാജകീയമായി
രിക്കും. കാരണം, പറയുന്നത് തമ്പുരാനാണ്.

എതിർവായില്ലങ്കിൽ അന്ന് ബാർ വിലയ്ക്കെടുക്കും!

കുറച്ച് 'അകത്തുചെല്ലുമ്പോൾ' മാത്രമാണ് തമ്പുരാന് ഇത്തരം
ഉൾവെളിച്ചങ്ങൾ ഉണ്ടാകുന്നത്. തമ്പുരാൻ പറയുന്നത് 'അനാദികാലം
മുതൽക്കുതന്നെ പൂച്ച നമ്മോടൊപ്പമുണ്ട്. പക്ഷേ നാമതറിയാത്തത്
അതിന് കാലത്തെയെന്നപോലെ ഒച്ചയുണ്ടാക്കാതെ കടന്നുവരാനുള്ള
കഴിവുള്ളതിനാലാണ്. അതു കൊടുങ്കാറ്റാകുമ്പോൾ– ചേരയൊലിച്ച്
ഒരു കടലുണ്ടാകുമ്പോഴാണ് പൂച്ചയെ നാം തിരിച്ചറിയുന്നത്.

അങ്ങനെ ഒരു കടൽ രാത്രിയിൽ 'ആനന്ദബാറിലെ' ഘടികാരത്തി
ലൊളിച്ചിരുന്ന കുക്കുകൾ പന്ത്രണ്ട് തവണ ഒച്ചയെടുത്തപ്പോൾ തമ്പു
രാൻ ഒരു ദൃഢപ്രതിജ്ഞയെടുത്തു. അതിന് ഒരു ആഢ്യത്തമുണ്ടായി
രുന്നു. റം കുപ്പിയിൽ തൊട്ടുകൊണ്ടുള്ള പ്രതിജ്ഞയായിരുന്നതിനാൽ
അത് സത്യവും പാലിക്കപ്പെടുന്നതുമായിരിക്കും എന്ന് നമുക്ക് നിശ്ചയ
മുണ്ടായിരിക്കും.

പ്രതിജ്ഞ ഇതായിരുന്നു: "ഞാൻ പൂച്ചയെ കൊല്ലും!"

എതിർവാ മറന്ന് കൂട്ടുകാർ പൊട്ടിച്ചിരിച്ചു. എങ്കിലും 'കൊല്ലുമോ'
എന്നൊരു സന്ദേഹം ബാക്കിനിന്നു.

"പൂച്ചയെ കൊന്നാൽ കൈ വിറയ്ക്കും" എന്നൊരു ആപ്തവാക്യം
ഒരുവൻ കേട്ടിട്ടുണ്ടായിരുന്നു. കരിമ്പൂച്ചയുടെ സൂപ്പുകുടിച്ച ഒരുവൻ അത്
പുച്ഛിച്ചു തള്ളി. പിന്നെ ഒരു പൂച്ചയെ എങ്ങനെ കൊല്ലാം എന്നതിനെ
പറ്റി സുദീർഘമായി അവർ ചർച്ച ചെയ്തു.

മീൻതലയിൽ വിഷംപുരട്ടിവച്ചാൽ പൂച്ച അത് ഒരുതവണ തിന്നിട്ട്
പുറത്തുപോയി ചത്തോളും എന്നൊരു അഭിപ്രായമുണ്ടായി. മറ്റുള്ളവർ
അത് തള്ളിക്കളഞ്ഞു. കാരണം പൂച്ചകൾ ടി വി കാണുന്നവരാണ്. അവർ
പത്രം വായിക്കാറില്ല. പൂച്ചലോകത്തിൽ കാഴ്ചകൾക്കാണ് പ്രാധാന്യം.
കൂരിരുട്ടിലും അവരുടെ കണ്ണുകൾ കാഴ്ചകൾക്കായി തുറന്നിരിക്കുന്നു.

കടലിൽ കൂടെക്കൂടെ അത്ഭുത പ്രതിഭാസങ്ങൾ ഉണ്ടാവുകയും മനു
ഷ്യലോകത്തിൽ എന്നപോലെ മത്സ്യലോകത്തും കൂട്ടആത്മഹത്യകൾ
ഉണ്ടാവുകയും ചെയ്യുന്നതുകൊണ്ട് പൂച്ചകൾ ഇപ്പോൾ ഏതാണ്ട് തൊണ്ണ

റ്റൊമ്പത് ശതമാനവും വെജിറ്റേറിയന്മാരാണ്.

അടിച്ചുകൊല്ലൽ തുടങ്ങിയ കലാപരിപാടികൾ വിജയകരമായില്ല. കാരണം പൂച്ചയും തമ്പുരാനും നാലുകാലിലാണ് സഞ്ചരിക്കുന്നത് എന്ന തുകൊണ്ടുതന്നെ.

പിന്നെ പൂച്ചയെ കൊല്ലാനുള്ള എളുപ്പമാർഗം പാലിൽ വിഷം കലർത്തുക എന്നുള്ളതാണ്. അത് പൂച്ച അറിയുകയില്ല. കാരണം കണ്ണ ടച്ചാണല്ലോ പാലുകുടിക്കുന്നത്.

ചർച്ച അങ്ങനെയിങ്ങനെ വഴിമുട്ടി നിന്നപ്പോൾ 'ഈ സാധന ത്തേയുമെടുത്ത് പുറത്തുപോകൂ, ബാറടയ്ക്കാൻ നേരമായി' എന്ന് ഒരാൾ വന്ന് വളരെ സൗമ്യമായി അറിയിച്ചതിനെത്തുടർന്ന് അവർ ചർച്ച അവസാനിപ്പിച്ച് തമ്പുരാനെ പല്ലക്കിലേറ്റി യാത്രയായി. അപ്പോഴും തമ്പു രാൻ ചില അക്ഷരങ്ങൾ വിഴുങ്ങി ആക്രോശിക്കുന്നുണ്ടായിരുന്നു. "ഞാനിന്ന് പൂച്ചയെ കൊല്ലും."

അടുത്ത ദിവസം പതിവു സമയം കഴിഞ്ഞിട്ടും തമ്പുരാനെ കാണാ തിരുന്നപ്പോൾ സുഹൃത്തുക്കൾ തിരക്കിച്ചെന്നു. ലോകത്ത് എന്തൊക്കെ പ്രശ്നങ്ങളുണ്ടായാലും തന്റെ നേരം തെറ്റിക്കാത്തയാളാണല്ലോ തമ്പു രാൻ.

അവർ തമ്പുരാന്റെ വാതിൽക്കൽ മുട്ടി. അത് ചാരിയിട്ടേ ഉണ്ടായി രുന്നുള്ളൂ. അല്ലെങ്കിലും തമ്പുരാക്കന്മാർ വാതിലുകൾ അടയ്ക്കാറില്ല ല്ലോ.

വിചിത്രമായ ഒരു കാഴ്ചയിലേക്കാണ് അവർ കാലെടുത്തു വച്ചത്. നിറയെ പൂക്കൾ വിതറിയ കിടക്കയിൽ ഒരുവശം ചരിഞ്ഞ് തമ്പുരാൻ ദിഗംബരനായി സുഖാലസ്യത്തിലാണ്ടു കിടക്കുന്നു. ശരീരത്തിൽ നിറയെ ചെറുത്തുനിൽപ്പിന്റെ പൂച്ചപ്പാടുകൾ. തൊട്ടടുത്ത് മാദകത്വം തുളുമ്പുന്ന ഒരു ചന്ദനപ്പൂച്ച തമ്പുരാന്റെ ഗ്ലാസിൽ മദ്യം നിറച്ച് കുടിക്കുന്നു.

അവരെക്കണ്ടതോടെ അത് ടീപ്പോയിൽനിന്ന് ചാടിയിറങ്ങി, കുഴഞ്ഞ ഒരു മ്യാവൂ പറഞ്ഞ് കട്ടിലിനടിയിലേക്കോടി. പിന്നെ ഫ്രെയിമിൽനിന്ന് അതിന്റെ ശരീരം മെല്ലെ മാഞ്ഞ് കണ്ണുകളുടെ വജ്രത്തിളക്കം ബാക്കി യായി. ഒടുവിൽ ഒരു നേർത്ത മ്യാവൂവോടെ അതും മാഞ്ഞു.

പിന്നെ ആലസ്യത്തിൽ മയങ്ങുന്ന തമ്പുരാനെ ഉണർത്തണോ വേണ്ടയോ എന്നറിയാതെ അവർ പരസ്പരം നോക്കി നിന്നു.

ഇനി പറയൂ. ഒരു പൂച്ചയ്ക്ക് നിങ്ങളുടെ ജീവിതത്തിൽ എത്ര ത്തോളം സ്വാധീനമുണ്ടെന്ന്.

4
കോലി

അയാൾക്ക് അസാധാരണമായ പൊക്കം ഉണ്ടായിരുന്നു. അതി നാൽ എല്ലാവരും അയാളെ കോലി എന്നു വിളിച്ചു. പതിഞ്ഞ നാസി കയും വിളർത്ത നിറവും തുറിച്ച കണ്ണുകളും മുതുകത്തെ വളവും ഒക്കെ ചേർന്ന് കോലി ഒരു വിചിത്രരൂപിയായി. കുറുകിച്ചിലമ്പിച്ച ഒച്ചയിൽ അയാൾ ഏതാനും വാക്കുകൾ ഉരുവിട്ടു. എങ്കിലും അയാളിൽ ആകർഷി ക്കത്തക്ക എന്തോ ഒന്ന് ഉണ്ടെന്ന് എല്ലാവരും സമ്മതിച്ചു. മൂന്നു വനിത കൾക്ക് കോലിയോട് ദിവ്യപ്രേമവും ഉണ്ടായിരുന്നു.

കോലിയെക്കുറിച്ച് ഒരുപാടു കഥകൾ പരന്നിരുന്നു. അയാൾ ആരു മായും അത്ര ഇടപഴകാത്തയാൾ ആയിരുന്നതിനാൽ ഓരോ പുതിയ കഥയും ജനം വിശ്വസിച്ചു.

ആഴ്ചയിൽ ഒരിക്കൽ കോലി തന്റെ പഴയ, മേൽമൂടിയില്ലാത്ത, ജീപ്പ് എന്നു പറയാവുന്ന വാഹനത്തിൽ കല്ലും പടർപ്പും നിറഞ്ഞവഴി പിന്നിട്ട് കവലയിലേക്ക് വന്നു. ഇത്രയും പ്രാചീനമായ ഒരു വണ്ടി തന്റെ ജീവി തകാലത്തിനിടയ്ക്ക് കണ്ടിട്ടില്ല എന്ന് ഗ്രാമത്തിലെ ഏറ്റവും പ്രായംചെന്ന 'പല്ലില്ലാത്തപ്പൂപ്പൻ' തലയിൽ കൈവച്ച് സത്യം ചെയ്തു.

കോലി കവലയിൽ വരുന്നത് അത്യാവശ്യസാധനങ്ങൾ വാങ്ങാനാ ണ്. എന്നു പറഞ്ഞാൽ അത്രയൊന്നുമില്ല. പല വലിപ്പത്തിലുളള ആണി കൾ, ചെറിയ പിച്ചാത്തികൾ അങ്ങനെയെന്തെങ്കിലും ....

അപ്പോഴൊക്കെ കോലിയുടെ കണ്‍വഴികളിൽ 'ദിവ്യപ്രേമങ്ങൾ' സാന്നിധ്യമറിയിച്ച് കാത്തുനിന്നിരുന്നു.

ഒന്നാം പ്രേമികയുടെ ദിവ്യമാറിടം അൽപ്പം വലുതായിരുന്നു. കുപ്പ യവിടവിലൂടെ അത് പുറംകാഴ്ചകൾ കണ്ടു രസിച്ചു. അതുമാത്രം മോഹി

ചുവന്ന പ്രണയാർഥികളെയും വിവാഹാർഥികളെയും ആ വനിതാരത്നം തിരസ്കരിച്ചു. എന്നിട്ടും കോലി സ്ഥിതപ്രജ്ഞനായി തുടർന്നു.

രണ്ടാം പ്രേമികയുടെ ശരീരത്തിൽ അങ്ങിങ്ങ് അരിമ്പാറക്കെട്ടുകൾ ഉണ്ടായിരുന്നു. പ്രത്യേകിച്ചും ഇരു കക്ഷങ്ങളിലും. അവിടത്തെ ഇരുണ്ട രോമങ്ങൾക്കിടയിൽ അവ ഒളിച്ചുകളിക്കുന്നത് അവൾ കണ്ണാടിയിൽ നോക്കി രസിച്ചു. അതുമാത്രമല്ല ഇരുമാറിടങ്ങൾക്കിടയിലെ വിടവിൽ അൽപ്പം താഴെയായി ഒരു ചെറിയ മുല പ്രത്യക്ഷപ്പെട്ടിരുന്നു. അവളുടെ മാതാവിൽ നിന്നു വിവരമറിഞ്ഞ അയൽക്കാരി ആ അരിമ്പാറക്കാരിക്ക് അങ്ങനെ വേണമെന്ന് തന്റെ ഭർത്താവിനോടു പറഞ്ഞ് സന്തോഷിച്ചു. ആ പരിശുദ്ധാത്മാവാകട്ടെ പുറമെ അനിഷ്ടം ഭാവിച്ചെങ്കിലും ഗൂഢമായി ആഹ്ലാദിച്ചു. ആ മൂന്നാമത്തെ വസ്തു എങ്ങനെയായിരിക്കും എന്നാലോ ചിച്ച് തലപുകച്ചു. ഇപ്പോളയാൾക്ക് തന്റെ അരിമ്പാറകളുള്ള അയൽക്കാ രിയെ എത്ര കണ്ടാലും മതിവരില്ലെന്നായി.

മൂന്നാം പ്രേമികയുടെ മുഖം നിറയെ മുഖക്കുരുപ്പാടുകളായിരുന്നു. പൂച്ചയുടേതുപോലുള്ള കൂർത്ത ചെറുപല്ലുകളായിരുന്നു അവളുടേത്. എങ്കിലും അവൾ സസ്യഭുക്കായിരുന്നു.

പക്ഷേ കോലി അവരെയോ മറ്റുസ്ത്രീകളെയോ ശ്രദ്ധിച്ചിരുന്നതേ യില്ല. 'എന്തുകണ്ടിട്ടാണ് ഇവറ്റകൾ? അയാളുടെ സ്വത്തുക്കൾ തട്ടിയെ ടുക്കാനായിട്ടാവും!' എന്നൊക്കെ ചില പരിഹാസങ്ങൾ അങ്ങുമിങ്ങും നിന്ന് ഉയർന്നിരുന്നു.

കോലിയുടെ യഥാർഥനാമം എന്തെന്ന് ആർക്കും അറിയാമായിരു ന്നില്ല. മിക്കവാറും പേർ സംബോധനകളില്ലാതെ അയാളോട് സംസാരി ച്ചു. തന്നോട് ആരെങ്കിലും മിണ്ടണമെന്നോ, തനിക്ക് അവരുമായി ചങ്ങാ ത്തത്തിലാകണമെന്നോ കോലിക്ക് തെല്ലും താൽപ്പര്യമുണ്ടായിരുന്നില്ല.

'ഏകനായി ജീവിച്ച് അയാൾ അങ്ങനെയായിത്തീർന്നതാകാം' എന്ന് അവിവാഹിതനും എന്നാൽ എവിടെയൊക്കെയോ സന്തതികളുമുള്ള എഴു പത്തിമൂന്നുകാരനായ 'ഊശാന്താടിയപ്പൂപ്പൻ' അഭിപ്രായപ്പെട്ടു. അദ്ദേ ഹത്തിന് മീശയുണ്ടായിരുന്നില്ല. കവിളിലും രോമങ്ങൾ കിളിർത്തിട്ടുണ്ടാ യിരുന്നില്ല. താടിയിൽ മാത്രം രോമങ്ങൾ ഉണ്ടായിരുന്നു. അതാകട്ടെ തനി ക്കില്ലാതെപോയ മീശയുടെ ഓർമയ്ക്കായി അയാൾ വിനീതമായി വളർത്തി ക്കൊണ്ടിരുന്നു.

കോലിയുടെ ചടാക്കു ജീപ്പു കടന്നുപോകുമ്പോഴൊക്കെ താൻ വാങ്ങാൻ പോകുന്ന ഏറ്റവും മുന്തിയതരം കാറുകളെക്കുറിച്ച് തന്റെ 'കസ്റ്റമേഴ്സിനോട്' വീമ്പു പറയുമായിരുന്നു പുരോഗമനവാദിയായ ചായ ക്കടക്കാരൻ. അയാളുടെ താടിയുടെ ഇടതുവശത്തുള്ള കറുത്ത മറു കുണ്ണി വാചകമടിക്കൊപ്പം ഇളകിത്തുള്ളി. വിപണിയിൽ പുതുതായി എത്തുന്ന കാറുകളെക്കുറിച്ചുള്ള വിവരങ്ങൾ ശേഖരിക്കലായിരുന്നു

അയാളുടെ പ്രധാന പണി. 'നിന്റെ വരുമാനം വച്ചു നോക്കിയാൽ നീ ഈ ജന്മത്ത് ഒരു സൈക്കിൾപോലും വാങ്ങുമെന്ന് തോന്നുന്നില്ല.' ആൾ ക്കാർ കളിയാക്കും. എങ്കിലും ചായക്കടക്കാരൻ കാറുകളെ സ്വപ്നംക ണ്ടു. മുഷിയാത്ത പുകമണമില്ലാത്ത വസ്ത്രങ്ങളണിഞ്ഞ് താൻ അതിൽ സവാരി ചെയ്യുന്നത് അയാൾ ഭാവനയിൽ കണ്ടു.

നോക്കി നടത്താതെ കാടുപിടിച്ചുപോയ ഒരു എസ്റ്റേറ്റ് കോലിക്കു ണ്ടായിരുന്നു. അതിന്റെ നടുവിലുള്ള പുരാതന മാളികയിലായിരുന്നു കോലിയുടെ വാസം. മാളികയും കോലിയെപ്പോലെ പൊക്കക്കാരനും ഉരുണ്ട എടുപ്പുകളും പതിഞ്ഞ ജനാലകളും വിളർത്തു മങ്ങിയ ചായവും കാലപ്പഴക്കം കൊണ്ട് ഏതു നിമിഷവും പൊളിഞ്ഞു വീണേക്കാൻ പോന്ന വളവും ഉള്ളതായിരുന്നു. അതിനുള്ളിൽനിന്ന് എപ്പോഴും വിചി ത്രശച്ചകൾ പുറപ്പെട്ടിരുന്നു എന്ന് എല്ലാവരും പറഞ്ഞു.

കോലിയുടെ വീടിനെക്കുറിച്ചുള്ള അറിവ് നാട്ടുകാർക്ക് പകർന്നു കൊടുത്തത് കുട്ടികളാണ്. അറിഞ്ഞും അറിയാതെയും ഓരോന്നു കണ്ടു പിടിക്കാനുള്ള വാസന കുട്ടികൾക്കുണ്ട്. അവർ ദുർഗ്രഹവഴികളെ പേടി ക്കുന്നില്ല. കൗതുകമാണ് അവരെ നയിക്കുന്നത്.

ശൈത്യരാത്രികളിൽ കോലിയുടെ കുന്നിൻപുറത്തുനിന്ന് ചെന്നാ യ്ക്കൾ പാടുന്നത് കേൾക്കാറുണ്ടെന്ന് രാത്രിയിൽ ഉറക്കം തീരെയില്ലാത്ത ഒരുവൻ പറഞ്ഞു. അവന്റെ വലതുകാലിന് നീളക്കുറവും അതിൽ ഒരു ചെറുവിരലിന്റെ കുറവും ജന്മനാതന്നെ ഉണ്ടായിരുന്നു. ഉറക്കമില്ലാത്ത ചട്ടുകാലൻ എന്തെങ്കിലും പിച്ചുപറയുന്നതാവും എന്ന് നാട്ടുകാർ പറ ഞ്ഞു. അയാൾ അതിനുമുമ്പും അങ്ങനെ പലതും ആളുകളോട് പറഞ്ഞി ട്ടുണ്ട്. പിന്നെ ചെന്നായ്ക്കളുടെ കാര്യം. കോലിയുടെ തോട്ടം ഇപ്പോൾ അതിരുകളുള്ള ഒരു വനമാണ്. ഏതു ഋതുക്കളിലും അവിടെ ഫല ങ്ങളുണ്ടാകും. അതിനാൽ പക്ഷികളും അണ്ണാന്മാരും കുറുക്കന്മാരും മറ്റ നേകം ചെറുജീവികളും ഫലങ്ങൾ പറിക്കാൻ പോകുന്ന ബാലകരും അവിടെ ഉണ്ടായിരുന്നു. മുതിർന്നവർ കോലിയുടെ ഭൂമിയിലെ ഫലങ്ങളെ വർജിച്ചിരുന്നു. ഏതോ ദുരൂഹത അവരെ ചൂഴ്ന്നുനിന്നു. ഒരുപക്ഷേ അവിടെ ചെന്നായ്ക്കൾ മാത്രമല്ല സിംഹങ്ങളും ഉണ്ടാകുമെന്ന് ഗ്രാമീ ണർ ഉറക്കമില്ലാത്ത ചട്ടുകാലനോട് പറഞ്ഞു.

അയാളാകട്ടെ രഹസ്യമായി കോലിയെ ആരാധിച്ചിരുന്നു. കോലിക്ക് നീളം കൂടിയ രണ്ടു കാലുകളാണ് ഉണ്ടായിരുന്നത്. അതിലെ ഒരു കാലിൽ നിന്നൽപ്പം നീളം തന്റെ കുറുംകാലിന് ലഭിച്ചിരുന്നെങ്കിൽ എന്ന് ചട്ടുകാ ലൻ മോഹിച്ചു. കോലി വളരെ ദാനശീലനായ വ്യക്തിയാണെന്നും എന്തു ചോദിച്ചാലും തരുമെന്നും ചട്ടുകാലൻ പറഞ്ഞുനടന്നു. എന്നാൽ ഗ്രാമീ ണർ അവന്റെ ഭാഷണങ്ങൾക്ക് ചെവികൊടുത്തില്ല.

കോലിയുടെ തോട്ടത്തിലുണ്ടായ പേരറിയാത്ത കനി ഭക്ഷിച്ചപ്പോ

ഴാണത്രേ ചട്ടുകാലന്റെ ഇടം കണ്ണിൽ സ്ഥിരമായി വരാറുണ്ടായിരുന്ന കൺകുരു അപ്രത്യക്ഷമായത് എന്ന് അവൻ അവകാശപ്പെട്ടു. ആ ഫലം മുളകിന്റെ പോലെ മെലിഞ്ഞുനീണ്ട് ചുവപ്പും മഞ്ഞയും നിറം കലർന്ന ഒന്നായിരുന്നു. അതീവ രുചികരമാണത് എന്ന് അവൻ അഭിപ്രായപ്പെട്ടു.

കണ്ട കായകളൊക്കെ പറിച്ചുതിന്ന് ചാകാൻ നടക്കേണ്ട എന്നൊരു താക്കീതാണ് അവനു ലഭിച്ചത്. പക്ഷേ ചട്ടുകാലൻ തന്റെ കാലിനു നീളം വയ്ക്കാനായി ആ അത്ഭുതഫലം മറ്റാരും അറിയാതെ ഭക്ഷിച്ചുകൊ ണ്ടിരുന്നു.

കോലിയെ ചുറ്റിപ്പറ്റി ഒരിക്കലും അവസാനിക്കാത്ത ദുരൂഹതയുടെ തരംഗം നിലനിന്നു. അയാളുടെ ആകാരവും മൗനവും അതിന്റെ ആഴം കൂട്ടിയതേയുള്ളൂ.

കോലി അടുത്തുവരുമ്പോൾ മുയലിന്റെ ചൂരുണ്ടെന്ന് ആരോ കണ്ടു പിടിച്ചു. അത് അയാൾ ധരിക്കുന്ന തോൽവസ്ത്രങ്ങളുടെ പ്രത്യേകത യായിരിക്കുമെന്ന് മറ്റുള്ളവർ പറഞ്ഞു. ഒരിക്കൽ കോലി ധരിച്ച മഞ്ഞ ക്കാലുറ സിംഹത്തിന്റെ തോൽകൊണ്ട് നിർമിച്ചതാണെന്ന് സംസാര മുണ്ടായി.

ആയിടെ ആരുമറിയാതെ കോലിയുടെ മാളികയ്ക്കടുത്തുപോയ കുട്ടികളുടെ കൂട്ടത്തിലുണ്ടായിരുന്ന ചായക്കടക്കാരന്റെ മകൻ അവിടെ നൂറുകണക്കിന് വെള്ളമുയലുകളുണ്ടെന്നും അവ ഇറച്ചിതിന്നുന്നത് അവൻ നേരിൽ കണ്ടു എന്നും അറിയിച്ചു. കൂർത്ത തേറ്റകളുള്ള അവ കൾ തടിച്ചുകൊഴുത്തു കാണപ്പെട്ടുവെന്നും അവൻ പറഞ്ഞു. ഒപ്പം സ്തോഭജനകമായ ഒരു സംഗതികൂടി അവൻ ഭയപ്പാടോടെ അറിയിച്ചു. തങ്ങളുടെ സംഘത്തിലുണ്ടായിരുന്ന, അടുത്തുള്ള കടയിൽ സഹായ ത്തിനുനിൽക്കുന്ന ആരോരുമില്ലാത്ത അന്യനാട്ടുകാരനായ ബാലനെ മുയ ലുകൾ ചാടിവീണ് കടിച്ചുകീറി തിന്നെന്നും ബാക്കിയുള്ളവർ ജീവനും കൊണ്ട് രക്ഷപ്പെട്ടതാണെന്നും പറഞ്ഞു.

ചായക്കടക്കാരൻ ഒരു കമ്പെടുത്ത് അവന് നല്ല നാലു പെട കൊടു ത്തു. മേലിൽ കോലിയുടെ പറമ്പിലെങ്ങാനും കയറിയാൽ അവന്റെ കാലു തല്ലിയൊടിക്കുമെന്നും ഭീഷണിപ്പെടുത്തി. ചെക്കൻ കാറിക്കൂവി കരഞ്ഞിട്ടും കടയിലുള്ളവർ ഒറ്റയക്ഷരം മിണ്ടിയില്ല.

ആയിടയ്ക്കാണ് പുതിയ ഒരു വാർത്തകൂടി പരന്നത്. അത് പര ത്തിയത് കുളിക്കടവിലെ ഒളിഞ്ഞുനോക്കി കോങ്കണ്ണനായിരുന്നു. പെണ്ണു ങ്ങൾക്കൊന്നും മുലക്കണ്ണില്ല എന്നതായിരുന്നു ആ ഞെട്ടിക്കുന്ന വാർത്ത. കോങ്കണ്ണൻ പറഞ്ഞതുകൊണ്ടും പ്രത്യേകിച്ച് ഇങ്ങനൊരു കാര്യമായ തുകൊണ്ടും ഉത്സാഹത്തോടെ ആണുങ്ങൾ വിശ്വസിച്ചു.

എങ്കിലും ആ വസ്തു പെണ്ണുങ്ങൾക്ക് എങ്ങനെ നഷ്ടമായി എന്ന് അവർ ചുഴിഞ്ഞാലോചിച്ചു. ചർച്ചചെയ്തു. ആ ചർച്ചയ്ക്കിടയിൽ അവർ

കോലിയെ മറന്നേപോയി.

എന്നാൽ ഈവക കാര്യം ഓരോ പെണ്ണും രഹസ്യമാക്കി വച്ചിരി ക്കുകയായിരുന്നു. ആണുങ്ങളിൽനിന്ന് വ്യത്യസ്തമായി പെണ്ണുങ്ങൾ എന്തുകൊണ്ടോ കോലിയെക്കുറിച്ച് ആരാധനയോടെ മാത്രമേ ഒരു വാക്കെങ്കിലും പറഞ്ഞിരുന്നുള്ളു.

ഒടുവിൽ നീണ്ടനാളത്തെ ഗവേഷണങ്ങൾക്കു ശേഷമാണ് വീരപു രുഷന്മാർക്ക് ഒരു സത്യം മനസിലായത്. കോലിയെ സ്വപ്നം കാണുന്ന പെണ്ണുങ്ങൾക്കാണ് ഈ മഹാനഷ്ടം സംഭവിക്കുന്നതെന്ന്. പെണ്ണുങ്ങൾ രഹസ്യമായും ഭദ്രമായും സൂക്ഷിക്കുന്ന ഈ 'കണ്ണുകൾ' ഒരു സ്വപ്ന ത്തിലൂടെ അവർക്കെങ്ങനെ നഷ്ടമാകുന്നു എന്ന് കേസരികൾക്കൊന്നും മനസിലായില്ല. വിവാഹിതകൾക്കുകൂടി ഇങ്ങനെ സംഭവിച്ചു എന്ന് അറി യാൻ കഴിഞ്ഞപ്പോൾ അവർക്ക് സഹിക്കാവുന്നതിലുമപ്പുറമായിരുന്നു. കുടുംബം നോക്കാതെ തെണ്ടിത്തിരിഞ്ഞു നടക്കുന്നവന്റെ പോലും ചങ്കു പൊട്ടിപ്പോയി.

ഒരാണുവന്നു കെട്ടിപ്പോയി എന്നു വച്ച് വേറെ ആരേയും സ്വപ്നം കാണാൻ പാടില്ലെന്നുണ്ടോ എന്നൊരൂറ്റം പെൺകണ്ണിനുണ്ടായി. അതു കൊണ്ട് അവളുമാർ മത്സരിച്ച് സ്വപ്നം കണ്ടു. പെണ്ണുങ്ങൾക്കെല്ലാം ഇറ ച്ചിതിന്നുന്ന മുയലിന്റെ ചൂരുണ്ടെന്ന് കെട്ടിയവൻമാർ പതം പറഞ്ഞു.

കോലി ഒരു സാമൂഹ്യവിപത്താണെന്നും ഇതിനെതിരെ ശക്തമായി പ്രതികരിക്കണമെന്നും, നാട്ടിലെ കെട്ടിയവന്മാർ ഒന്നിച്ചു പോരാടണ മെന്നും ചായക്കടയിൽക്കൂടിയ അടിയന്തരയോഗത്തിൽ ഗ്രാമത്തിലെ നാലക്ഷരം പഠിച്ചു എന്നവകാശപ്പെടുന്ന കട്ടിക്കണ്ണട കഷണ്ടിത്തലയൻ ഉദ്ബോധിപ്പിച്ചു.

അങ്ങനെയാണ് ഒരു കൊലപ്പാതിരയ്ക്ക് പന്തവും കൊളുത്തി കാടും വിറപ്പിച്ച് കെട്ടിയോൻമാരെല്ലാവരുംകൂടി കോലിമലയിലേക്കു പോയത്. കട്ടിത്തണുപ്പത്തും കൊടും മഴയിലും ഒറ്റയ്ക്കു കിടന്നുറങ്ങുന്നതിനെ ക്കാൾ ഭേദമാണിത് എന്ന ഏകാഭിപ്രായക്കാരായിരുന്നു എല്ലാവരും.

ചെന്നപ്പോൾ എന്താ? കോലിയുടെ മാളികമുകളിൽ കൃത്യം ആകാ ശത്ത് സൂര്യൻ ഉദിച്ചങ്ങനെ നിൽപ്പുണ്ട്. കോലി പൂമുഖത്ത് ഒരു ചാരു കസേരയിൽ സുഖമായി വിശ്രമിക്കുന്നു. എന്നു പറഞ്ഞാൽ, അവയവ ങ്ങളെല്ലാം ഊരി വച്ചിട്ട്, അതായത് കയ്യും കാലും തലയും കണ്ണും മൂക്കും എന്നുവേണ്ട എല്ലാം ......

"ഇതൊക്കെ ഫിറ്റു ചെയ്യാനായിരുന്നോ എല്ലാ ആഴ്ചയും ഇവൻ എന്റെ കടയിൽനിന്ന് ഇക്കണ്ട ആണികളെല്ലാം വാങ്ങിക്കൊണ്ടുപോയി രുന്നത്!" തൊണ്ടയിൽ മുഴയുള്ള ഇരുമ്പുകടക്കാരന്റെ അത്ഭുതം മുഴയ്ക്ക് മുകളിലോട്ട് ഉയർന്നില്ല.

ഒരുവശത്തു ഊരിവച്ചിരിക്കുന്ന പുരുഷാവയവം നോക്കി 'ഊശാ

ന്താടിയപ്പൂപ്പപ്പൻ' തലകുലുക്കി മൂക്കത്തു വിരൽ വച്ചു സമ്മതിച്ചു. "ഇവൻ ഒരു ആൺകുട്ടി തന്നെ!"

പിന്നെ കാണുന്നത് മുയലുകൾ മുറ്റത്ത് പല വലിപ്പത്തിലും നിറ ത്തിലുമുള്ള ഉരുണ്ടുമിനുത്ത എന്തോ സാധനങ്ങൾ തട്ടിക്കളിക്കുന്നതാ ണ്. കുട്ടികൾ പറഞ്ഞത് ശരിയാണ്. മുയലുകൾക്ക് ദംഷ്ട്രകൾ ഉണ്ടാ യിരുന്നു.

"അയ്യോ! അത് മുലക്കണ്ണുകളാണ്!" കോങ്കണ്ണൻ ആർത്തു വിളി ച്ചു. അപ്പോഴാണ് കെട്ടിയോന്മാർക്ക് മുയലുകൾ തട്ടിക്കളിക്കുന്നത് ഗോലി കളല്ല എന്നു മനസിലായത്. കോങ്കണ്ണൻ ആർത്തിയോടെ നോക്കി ക്കൊണ്ട് ഓരോ 'കണ്ണു'കളും ഏതേതവളുമാരുടേതാണെന്ന് ആവേശ പൂർവം വിളിച്ചുപറഞ്ഞു.

ശരിക്കും പറഞ്ഞാൽ എല്ലാ കെട്ടിയോന്മാർക്കും ചാകാനാണ് തോന്നിയത്. 'എന്ത് പണ്ടാരത്തിനാ ഇത് നിന്റെയൊക്കെ കയ്യിലേക്ക് തന്നത്?' എന്ന് ഏതെങ്കിലും പെണ്ണൊരുത്തി ചോദിച്ചാൽ ഒരു കെട്ടി യോനും ഉത്തരമില്ലായിരുന്നു.

അതുകൊണ്ട് ആദ്യം കൈവീശിയത് ചായക്കടക്കാരനായിരുന്നു. കോങ്കണ്ണന്റെ നേർക്ക് പിന്നെത്ര കൈകൾ വന്നുവെന്ന് ഊശാന്താടിയ പ്പൂപ്പൻ എണ്ണിയില്ല. അയാളുടെ കണ്ണുകൾ മുയലുകൾ തട്ടിക്കളിക്കുന്ന 'കണ്ണു'കളിലായിരുന്നു.

അന്നു രാത്രി ആൺരൂപികൾക്ക് സുഖനിദ്ര കിട്ടി. ശക്തിയായ മഴയും കാറ്റും വന്നതുപോലും ആരുമറിഞ്ഞില്ല. പിറ്റേന്ന് ഉറക്കമുണർന്ന ഗ്രാമവാസികൾ കാണുന്നത് കോലിയുടെ എസ്റ്റേറ്റും ബംഗ്ലാവും സ്ഥിതി ചെയ്തിരുന്ന ഭൂമി ഒരു വലിയ തടാകമായി രൂപാന്തരപ്പെട്ടതാണ്!

അതോടെ കോലി ദിവ്യപുരുഷനായി വാഴ്ത്തപ്പെട്ടു. തടാകത്തിലി റങ്ങി പെണ്ണുങ്ങൾ കുളിച്ചുമറിയുന്നത് ആരും വിലക്കിയില്ല.

കോലിയോട് പ്രാർഥിച്ചതിന്റെ ഫലമായിട്ടാണ് തനിക്ക് ഒരു കുറി യിലൂടെ സ്കൂട്ടർ സമ്മാനമായി കിട്ടിയതെന്ന് ചായക്കടക്കാരൻ പറഞ്ഞു നടന്നു.

തന്റെ ചട്ട് മാറിയെന്ന് പുത്തൻ ഷൂസ് ധരിച്ചു നടന്ന് ചട്ടുകാലനും പറഞ്ഞു. എല്ലാം കോലിയുടെ അനുഗ്രഹമെന്ന് അയാളും വാഴ്ത്തി.

ഗ്രാമത്തിൽ ആരും കെട്ടാതെ നിന്ന കോന്ത്രപ്പല്ലിയെ അന്യനാട്ടിൽ നിന്നൊരുവൻ വന്നു കെട്ടിക്കൊണ്ടു പോയതും കോലിയുടെ കടാക്ഷമ ല്ലാതെ മറ്റെന്താണ്?

അങ്ങനെ എണ്ണിയാലൊടുങ്ങാത്ത ദിവ്യാത്ഭുതങ്ങൾ ഗ്രാമത്തിലു ണ്ടായി.

പക്ഷേ ഇതിലൊന്നും വിശ്വസിക്കാത്ത കോലിയുടെ മൂന്നു പ്രേമി കമാർക്ക് തക്ക ശിക്ഷതന്നെ കിട്ടി. ഒന്നാം പ്രേമികയുടെ മാറിടത്തിന്

ഗുരുതരമായ രോഗം ബാധിച്ചു. അവൾ വേദനകൊണ്ട് പുളഞ്ഞ് മരണം കാത്തുകിടന്നു. കുപ്പായവിടവിലൂടെ ദിവ്യമാറിടദർശനം കണ്ട് ചാരിതാർഥ്യമടഞ്ഞിരുന്ന മഹാരഥന്മാർ അതിന്റെ എടുപ്പിലും മുഴുപ്പിലും തങ്ങൾക്കൊന്ന് കൈവയ്ക്കാൻ കഴിയാതെ പോയല്ലോ എന്ന് അടക്കം പറഞ്ഞ് നിരാശയൊതുക്കി.

രണ്ടാം പ്രേമിക തടാകത്തിൽ ചാടി ചത്തു. മൂന്നാം ദിവസം വെള്ള ത്തിനു മീതെ പൊങ്ങിക്കിടന്ന അവളുടെ കക്ഷത്തിൽനിന്ന് അരിമ്പാറ കൾ അപ്രത്യക്ഷമായിരുന്നു. അവളുടെ ശരീരത്തിലെ മൂന്നാമത്തെ അത്ഭുതവസ്തു തടിച്ചുവീർത്ത് കുന്നോളം വലിപ്പത്തിലുമിരുന്നു.

മൂന്നാം പ്രേമിക എപ്പോഴും മൗനിയായി കുളിയും നനയുമില്ലാതെ മുറിയുടെ ഇരുട്ടിൽ കഴിഞ്ഞു. പൂച്ചപ്പല്ലുള്ള അവൾക്ക് ഇരുട്ടിലും കണ്ണു കാണാമെന്നും അവൾക്ക് ദിവ്യശക്തിയുണ്ടെന്നും കോലിയുടെ യഥാർഥ പ്രേമിക അവളാണെന്നും ചില വർത്തമാനങ്ങൾ അങ്ങുമിങ്ങും ഉയരു ന്നുണ്ട്. ചിലരൊക്കെ ദൂരെ നിന്ന് ഭയഭക്തിയോടെ അവളെ വീക്ഷിക്കാ നും ആരംഭിച്ചിട്ടുണ്ട്.

5

പ്രകമ്പനങ്ങൾ

'**നീ** പ്രവാചകയാണോ?' സുന്ദരനായ ഭിഷഗ്വരൻ എന്റെ കാതിൽ ചുണ്ട് ചേർത്ത് ചോദിച്ചു. ഞാൻ അദ്ദേഹത്തിന്റെ കരവലയത്തിലമർന്ന് ആ നെഞ്ചോട് ചാഞ്ഞിരുന്നു.

അദ്ദേഹത്തിന്റെ നെഞ്ചിൽനിന്നും ഊഷ്മളമായ സുരക്ഷി തത്വത്തിന്റെ ചൂട് പ്രവഹിച്ചു.

ഒരിക്കൽ ഒരു ദേവാലയത്തിൽ ഒരു പ്രവാചക ഉണ്ടായിരുന്നു. അവളുടെ നാസികയുടെ അഗ്രം ഇടത്തേക്കു ചാഞ്ഞിരുന്നു. അവൾക്ക് ഏകദേശം നാൽപ്പത്തിയഞ്ചു വയസ്സ് പ്രായമുണ്ടായിരുന്നു. അവൾ ചൊവ്വാഴ്ച ദിനങ്ങളിൽ ദേവാലയത്തിൽ വന്നിരുന്ന് വിശ്വാസികളുടെ കരങ്ങളിൽ സ്പർശിച്ചുകൊണ്ട് ഭൂത-വർത്തമാന-ഭാവി പ്രവചനങ്ങൾ നടത്തി വന്നു. അനുഭവസ്ഥർക്ക് അവ സത്യമായിരുന്നു.

അവളുടെ വദനത്തിൽനിന്ന് ഇടയ്ക്കിടെ കടൽനുര പ്രവഹിച്ചു. ശരീരം വലിഞ്ഞു മുറുകുകയും ചെയ്തു. അതിനുശേഷമുള്ള ദിനങ്ങ ളിൽ അവൾ അത്യന്തം തേജസ്വനിയായി കാണപ്പെട്ടു. അവളുടെ വെളി പാടുകൾ തെളിമയോടെയുമിരുന്നു.

ചികിത്സയിലായതിനുശേഷം അവൾക്ക് പ്രവചനശേഷി നഷ്ടപ്പെട്ടു.

അവൾ ഡോക്ടറോടു പരാതിപ്പെട്ടു. "ഞാൻ എന്റെ രോഗത്തെ സ്നേഹിക്കുന്നു. എന്റെ അന്നം എന്റെ രോഗമായിരുന്നു. അങ്ങയുടെ മരുന്നുകൾ എന്റെ അതീത ശക്തിക്ക് മങ്ങലേൽപ്പിച്ചിരിക്കുന്നു. അതി നാൽ ഞാൻ ഇനി മരുന്നു കഴിക്കുകയില്ല." അവൾ പരദയ്ക്കുള്ളിൽ വെന്തു വിങ്ങി നടന്നു മറഞ്ഞു.

അദ്ദേഹം എന്നെ മൃദുവായി അമർത്തിക്കൊണ്ട് തെല്ല് ആശങ്ക യോടെ അന്വേഷിച്ചു: "എന്റെ ഔഷധങ്ങൾ നിന്റെ പ്രണയതീവ്രതയെ

ബാധിക്കുന്നുണ്ടോ?"

"ഇല്ല." നന്നേ ക്ഷീണിതയായിരുന്നിട്ടും ഞാൻ അങ്ങനെ പ്രതിവ ചിച്ചു. എന്നെ താലോലിക്കുന്ന ആ മനുഷ്യനെ സങ്കടപ്പെടുത്തുവാൻ ഞാൻ ആഗ്രഹിച്ചില്ല. അമ്പത്തിയേഴാം വയസിലും അദ്ദേഹത്തിന്റെ കരങ്ങൾ ദൃഢമായിരുന്നു. അദ്ദേഹം എന്റെ വിളർത്ത കപോലങ്ങളിൽ ചുംബിക്കുമ്പോൾ എന്റെ ലോലഗാത്രം വിറപൂണ്ടു ചുരുങ്ങി.

ഞാൻ എന്റെ യൗവനയുക്തനായ കാമുകനെ തിരസ്കരിച്ച് ചികി ത്സകനെ പ്രണയിച്ചു. ഒരു മൃദുശയ്യമേലെന്നപോൽ അദ്ദേഹത്തിനോടു ചേർന്നിരുന്നു.

എന്റെ കൈവിരലുകൾ എല്ലായ്പ്പോഴും തണുത്ത് മരവിച്ച് കാണ പ്പെട്ടു. അദ്ദേഹം അവ അരുമയോടെ തന്റെ കരങ്ങൾക്കുള്ളിലാക്കി ചൂടു പിടിപ്പിച്ചു. ആ പ്രവൃത്തി എന്നെ അങ്ങേയറ്റം രസിപ്പിച്ചു.

എന്റെ യുവാവായ കാമുകൻ പരിഭവിച്ചു: "ഞാൻ നിന്നെ എത്ര കണ്ട് സ്നേഹിക്കുന്നു. എന്നിട്ടും നീ അയാളോട് ഇത്രയധികം മമത കാട്ടുന്നത് എനിക്ക് സഹിക്കുകയില്ല. ആ മനുഷ്യനിൽ എന്നിലും മഹ ത്തായ എന്താണ് നീ കണ്ടെത്തിയത്?"

"അല്ലയോ രാജകുമാരാ, പ്രണയത്തിന്റെ പാതകൾ എങ്ങനെയൊ ക്കെയാണെന്ന് നിർവചിക്കുവാൻ എനിക്ക് കഴിയുകയില്ല."

"ഒക്കെ നിന്റെ തോന്നലാണ്. മുൻപൊരിക്കൽ ഞാൻ പറഞ്ഞിരുന്നു കൂടുതൽ സന്തോഷം ലഭിക്കുമ്പോൾ നീ എന്നെ മറക്കുമെന്ന്. നീ എന്നിൽ സന്തുഷ്ടയല്ലേ. നീ അദ്ദേഹത്തെ നിന്റെ ചികിത്സകനായി മാത്രം കാണു."

ഞാൻ അവന്റെ വലതു കൈവെള്ളയിലെ ആറ് അരിമ്പാറകൾക്കു മീതെ വിരലോടിച്ചു.

"നീ കൈത്തലത്തിൽ ഗിരിശൃംഗങ്ങളെ പേറുന്നവനാണ്!"

ഗിരിനിരകൾക്കു മീതെ വിരലോടിക്കുമ്പോൾ സ്വാതന്ത്ര്യത്തിന്റെ ശുദ്ധത ഞാൻ ശ്വസിച്ചു. അതെനിക്ക് കരുത്തും ആത്മവിശ്വാസവും പകർന്നു.

"നീ എന്റെ രാജകുമാരനാണ്!" ഞാൻ ഉരുവിട്ടു.

ദൂരെ പടയോട്ടങ്ങളുടെ പ്രതിധ്വനികൾ മുഴങ്ങിക്കേൾക്കായി. ആത്മാ ക്കളുടെ ഇടിമുഴക്കങ്ങൾ അനന്തവിഹായസ്സിലെ സ്വച്ഛതയിൽ പ്രകമ്പനം കൊണ്ടു.

"ഇത് അനീതിയാണ്." അവൻ രോഷാകുലനായി. "നിന്റെ രോഗം ഭേദമാകുമ്പോൾ നീ അയാളെ പ്രണയിക്കില്ല." അവൻ പ്രഖ്യാപിച്ചു.

രാജകുമാരന്റെ തവിട്ടുനിറമുള്ള ചെറുനാസിക ചുവന്നു. ചുമ ലൊപ്പം നീട്ടിവളർത്തിയ മുടിയിഴകൾ കോപക്കാറ്റിലുലഞ്ഞു. ഇടം കാതിലെ സിൽവർ റിങ് ഇറുകി.

അവനപ്പോൾ സ്നേഹമുള്ള ഒരു സർപ്പത്തെപ്പോലെ തോന്നിച്ചു.

എന്റെ സ്നേഹിതയായി സുലക്ഷണ എന്നു പേരായ ഒരു പത്തൊ

മ്പതുകാരി ഉണ്ടായിരുന്നു. അവൾ ശ്രീലങ്കൻ അഭയാർഥി കുടുംബ
ത്തിലെ ഇളമുറക്കാരിയായിരുന്നു. കേളകാവിലെ ആർ പി എൽ ക്വാർട്ടേ
ഴ്സിലായിരുന്നു അവൾ പാർത്തിരുന്നത്. അവൾ മൂന്നുതവണ കനലാട്ടം
നടത്തിയിട്ടുണ്ട്. അവൾ എനിക്ക് മാരിയമ്മയുടെയും മറ്റ് അദൃശ്യശക്തി
കളുടെയും കഥകൾ പറഞ്ഞുതന്നു.

ഒരു പ്രഭാതത്തിൽ സുലക്ഷണ ഉറക്കമുണർന്നപ്പോൾ അവളുടെ
ശരീരത്തോട് ചേർന്ന് ഒരു സർപ്പം ശാന്തമായി ഉറങ്ങുന്നുണ്ടായിരുന്നു.
അതിന്റെ മേനിക്ക് വല്ലാത്ത തണുപ്പ്. കറുത്തു മിനുത്ത് സുന്ദരനായ
അവൻ, അവൾ ഭയന്നുപിടഞ്ഞപ്പോൾ പത്തിവിടർത്തി, ഗാംഭീര്യത്തോടെ
നിന്ന് ഭയപ്പെടേണ്ട എന്നറിയിച്ച് കടന്നുപോയി.

"നോക്കൂ സുലക്ഷണാ, നിന്റെ ചൂടേറ്റുറങ്ങി സർപ്പ രാജകുമാരൻ
മോക്ഷം പ്രാപിച്ചുകഴിഞ്ഞു." ഞാൻ അറിയിച്ചു.

"എനിക്കിപ്പോൾ സർപ്പങ്ങളെ ഭയമില്ല." സുലക്ഷണ പറഞ്ഞു.

"എനിക്കും." ഞാൻ രാജകുമാരന്റെ കവിളിൽ തൊട്ടു.

അവൻ അലിവോടെ എന്റെ ശിരസിൽ തലോടി.

ഞാൻ തലമുടി നടുവിലൂടെ വകഞ്ഞ് ചീകിവച്ചു. അപ്പോൾ എന്റെ
ശിരസിൽ രണ്ട് അർധഭാഗങ്ങൾ പ്രത്യക്ഷപ്പെട്ടു.

ഇടത്തേ അർധഭാഗം ചില നേരങ്ങളിൽ തരിച്ച് വിങ്ങി. മഴയുടെ
ആരംഭം അങ്ങനെയാണ്. മേഘകണികകളുടെ ഓരോ സൂക്ഷ്മ തരി
കൾക്കും പെയ്തിറങ്ങാനുള്ള വിങ്ങൽ.

പിന്നെ മിന്നൽപ്പിണരുകളുടെ പാച്ചിൽ. മേഘഗർജനങ്ങൾ.

"വൈദ്യുതാഘാതമേൽക്കുന്നത് എനിക്കാണ്." അദ്ദേഹം സൗമ്യ
മായി പുഞ്ചിരിച്ചു.

ഞാൻ ഓർമകൾ ഒഴിഞ്ഞ് ശൂന്യമായ പാത്രംപോലെ നിശ്ശബ്ദം
കിടന്നു. എന്റെ അംഗുലികൾ മഞ്ഞുപോലെ തണുത്തു. അംഗങ്ങൾ
ക്ഷീണിതമായി.

"നീ കൊടുങ്കാറ്റാണ്." അദ്ദേഹം എന്റെ മേലേക്ക് ആകാ
ശനീലിമയുടെ വിരിപ്പ് പുതപ്പിച്ചുകൊണ്ട് പറഞ്ഞു.

പിന്നെ എന്റെ ചാരത്തിരുന്ന് കാറ്റും മഴയും കടപുഴക്കിയ മുടിയിഴ
കൾ നേരെയാക്കാൻ തുടങ്ങി.

"ഔഷധങ്ങൾ മുടക്കരുത്." അദ്ദേഹം പറഞ്ഞു: "അവ ആപ്പിൾ
പോലെയാണ്. രാവിലെയും രാത്രിയിലും ഓരോ ആപ്പിൾ കഴിക്കുന്നു
എന്ന് വിചാരിക്കുക."

"ഞാൻ ആപ്പിൾ കഴിച്ചാൽ അങ്ങയെ എനിക്ക് നഷ്ടപ്പെടില്ലേ?"
ഞാൻ വ്യസനത്തോടെ ചോദിച്ചു.

6

ഉണക്കമരത്തിന്റെ കണ്ണുകൾ

എന്റെ പേര് പോൾ. അയാളുടെ പേരെന്താണെന്ന് ഞാൻ അയാ ളോടോ മറ്റാരോടെങ്കിലുമോ തിരക്കിയിട്ടില്ല. എല്ലാ വൈകുന്നേരത്തേയും സവാരിക്കിടയിലാണ് ഞാൻ അയാളെ കാണാറ്. ടാർ ചെയ്ത റോഡിന്റെ ഒരു വശത്ത് പള്ളിയിലേക്കുള്ള കയറ്റമുള്ള ചെമ്മൺപാതയുണ്ട്. അതി നരികിൽ ഉണങ്ങിനിൽക്കുന്ന ഒരു വലിയ മരവും. അവിടെ വച്ചാണ് എല്ലാ ദിവസവും ഞങ്ങൾ സന്ധിക്കാറ്. ഞാൻ വളരെ സമയനിഷ്ഠയുള്ള വ്യക്തിയാണ്. അയാളും എന്നെപ്പോലെതന്നെയെന്ന് എനിക്ക് മനസി ലായത് ഉണക്കമരത്തിന്റെ ചുവട്ടിൽ വച്ച് ഞങ്ങൾ കാണാറുള്ളതുകൊ ണ്ടാണ്. എന്നാലും ഇതുവരെ ഒരു പുഞ്ചിരിക്കോ ഹസ്തദാനത്തിനോ ഞങ്ങൾ ഒരുമ്പെട്ടിട്ടില്ല.

വളരെ തിരക്കുകുറഞ്ഞ റോഡായിരുന്നു അത്. അയാളെ ഒന്ന് പരി ചയപ്പെടണം എന്ന് ഞാൻ പലപ്പോഴും വിചാരിച്ചിട്ടുണ്ട്. എങ്കിലും ഇന്നു വരെ അതിനു കഴിഞ്ഞില്ല. എല്ലാദിവസവും ഞങ്ങൾ കണ്ടുമുട്ടാറു ണ്ടെങ്കിലും വളരെക്കുറച്ചു തവണയെ അയാൾ എന്നെ കണ്ടിട്ടുണ്ടാകൂ എന്നെനിക്ക് ഉറപ്പുണ്ട്. അയാൾ കുനിഞ്ഞു നടക്കുന്ന പ്രകൃതക്കാരനാ യിരുന്നു.

ഞങ്ങളുടെ കണ്ണുകൾ കൂട്ടിമുട്ടിയ ആദ്യവേളയിൽത്തന്നെ ഞാനതു കണ്ടുപിടിച്ചിരുന്നു. എന്റേതുപോലെ ഒരു ബിന്ദുവിൽ കേന്ദ്രീകരിക്കുന്ന ദൃഷ്ടികളായിരുന്നില്ല അയാളുടേതെന്ന്. രണ്ടു കൃഷ്ണമണികളും മുഖ ത്തിന്റെ ഇരുകോണിലേക്കുമായാണ് നിലയുറപ്പിച്ചിരുന്നത്. അപ്പോഴൊരു വല്ലാത്ത ശൂന്യതയായിരുന്നു അയാളുടെ കണ്ണുകളിൽ. ആ കോങ്കണ്ണ് അയാളെ ദുഃഖിപ്പിച്ചിട്ടുണ്ടാകുമോ എന്നെനിക്കറിയാൻ കഴിഞ്ഞിട്ടില്ല. എങ്കിലും അയാളുടെ മുഖം ഒരു ശിശുവിന്റേതുപോലെ നിഷ്കളങ്കമാ

യിരുന്നു. വസ്ത്രധാരണത്തിൽ വളരെ നിഷ്കർഷയുള്ള വ്യക്തിയാണ് അയാൾ എന്നെനിക്കുതോന്നി. ദിവസവും വളരെ വൃത്തിയുള്ള വസ്ത്രങ്ങൾ അയാൾ ധരിക്കാറുണ്ടായിരുന്നു. എന്തെങ്കിലും കൊറിച്ചു കൊണ്ടായിരുന്നു അയാൾ നടന്നത്.

ചിലപ്പോഴൊക്കെ ഒരു കറുത്ത തൊപ്പി അയാൾ ധരിക്കും. ഇടവും വലവും നോക്കാതെ ധൃതിയിൽ നടന്നുപോവുകയും ചെയ്യും.

പള്ളിയിലേക്കുള്ള ചെമ്മൺപാതയുടെ ഓരത്തെ ഉണക്കവൃക്ഷം അയാളെ വളരെ സ്വാധീനിച്ചിട്ടുണ്ടായിരിക്കണം. ദിവസവും കുറച്ചുനി മിഷങ്ങൾ അതിന്റെ ചുവട്ടിൽ വന്ന് അയാൾ ഉണങ്ങിയ ചില്ലകളിലേക്കും തായ്ത്തടിയിലേക്കും ഉറ്റുനോക്കിനിൽക്കാറുണ്ട്. ഉണങ്ങിയ തായ്ത്ത ടിയിൽ അയാൾ തലോടുന്നതും ഞാൻ കണ്ടിട്ടുണ്ട്. ഇത്രയൊക്കെ അറിയാമായിരുന്നിട്ടും ഞാൻ അയാളോടും അയാൾ എന്നോടും പരിച യപ്പെടാൻ ഒരുമ്പെട്ടില്ല.

അയാളുടെ വീട് ഏതാണെന്ന് എനിക്കറിയാമായിരുന്നില്ല. ഞാനും ക്ലാരയും ആ ഗ്രാമത്തിൽ പുതിയതായിരുന്നു. കുറച്ചു മാസത്തേക്ക് ഒരു 'മാറ്റ'ത്തിനുവേണ്ടിയാണ് ഇവിടെ വന്ന് താമസിക്കുന്നത്. വാടകയ്ക്കാ ണ്. ഇവിടെനിന്നും പത്തറുപതു കിലോമീറ്റർ അകലെ എനിക്ക് സ്വന്തം വീടുണ്ട്. എന്റെ പിതാവ് പണികഴിപ്പിച്ചതാണത്. രണ്ടു നിലകളുള്ള ഒരു വലിയ വീട്. അവിടെ എന്റെ മാതാപിതാക്കളും വേലക്കാരുമാണുള്ളത്. ധാരാളം കൃഷിസ്ഥലവുമുണ്ട്. പിതാവിനെ വാർധക്യം വലുതായി ആക്ര മിച്ചിട്ടില്ലാത്തതിനാൽ കൃഷികാര്യങ്ങളൊക്കെ നോക്കുകയാണ്.

എന്റെ പ്രധാനപണി എഴുത്താണ്. ഞാനെഴുതിയ കഥകളോടും നോവലുകളോടും ഇഷ്ടം കൂടി; പിന്നെ എന്നോടും ഇഷ്ടം കൂടി. അങ്ങനെ ക്ലാര എന്റെ ജീവിതത്തിലേക്ക് കടന്നുവരികയും ചെയ്തു. എനിക്ക് എന്തുകൊണ്ടും യോജിച്ച ഭാര്യയാണ് ക്ലാര. ഇടയ്ക്കിടെ ചില ശാഠ്യങ്ങൾ ഉണ്ടെന്നല്ലാതെ. അവൾ പാവവും സ്നേഹമയിയുമാണ്. ഇപ്പോൾ കുറച്ചു ദിവസങ്ങൾകൊണ്ട് അവൾ നേരിയ പിണക്കത്തിലാ ണ്. അവളുടെ കൂട്ടുകാരി മാഗിയും കുടുംബവും വരുന്നയാഴ്ച ടൂർ പോകുന്നത്രേ. ഞങ്ങളേയും ക്ഷണിച്ചിരിക്കുകയാണ്. ക്ലാര പൊയ്ക്കൊ ള്ളാൻ ഞാൻ അനുവാദം നൽകിയതുമാണ്. എന്നാൽ ഞാനില്ലാതെ അവൾ പോകുന്നില്ലപോലും. അത്രയും ദിവസം എനിക്കാരു ഭക്ഷണം പാകം ചെയ്തു തരും എന്നൊക്കെ അവൾ വാദിക്കുന്നു.

ഏതായാലും ഞാൻ വിനോദയാത്രയിൽ ഇപ്പോൾ പങ്കുകൊള്ളു ന്നില്ല. കാരണം ഒരു നോവൽ പകുതിയായിരിക്കുകയാണ്. അത് മുഴുമി ക്കേണ്ടിയിരിക്കുന്നു. ക്ലാരയെ മാറോട് ചേർത്ത് ചുണ്ടിൽ ഒരു മുത്തം നൽകി 'നമുക്ക് വേറൊരിക്കൽ പോകാം' എന്ന് ആ കാതിൽ മന്ത്രി ച്ചാൽ അവളുടെ പരിഭവം തീരുന്നതേയുള്ളൂ എന്നെനിക്കറിയാം. പക്ഷെ അവളുടെ കുറുമ്പുനിറഞ്ഞ വർത്തമാനവും ശുണ്ഠിയും കാണാൻ എനി ക്കെന്തിഷ്ടമാണെന്നോ! അതിനാലാണ് ഞാൻ 'അത്' വൈകിക്കുന്നത്.

ഞാൻ 'അയാളെ'ക്കുറിച്ച് പറഞ്ഞു പറഞ്ഞ് എന്റെ കാര്യത്തിലേക്കു കടന്നുപോയി. ഞാൻ അയാളെ അവസാനമായി കാണുമ്പോൾ അയാൾ തൊപ്പിയും ധരിച്ച് പാന്റ്സിന്റെ കീശയിൽനിന്നും എന്തോ വാരി ചവച്ചു കൊണ്ട് പതിവുപോലെ ധാരാളം ശിഖരങ്ങളുള്ള ഇലകളില്ലാത്ത, ഉണ ങ്ങിയ വൃക്ഷത്തിലേക്ക് ഉറ്റുനോക്കിക്കൊണ്ട് നിൽക്കുകയായിരുന്നു. അയാൾ തന്റെ മെലിഞ്ഞു നീണ്ട മനോഹരമായ വിരലുകളാൽ വൃക്ഷ ത്തിന്റെ തായ്ത്തടിയിൽ തുടരെത്തുടരെ തലോടുന്നുമുണ്ടായിരുന്നു. അതിനുശേഷം അയാളെ ഞാൻ കാണുകയുണ്ടായില്ല. അയാൾക്ക് എന്തെങ്കിലും രോഗം ബാധിച്ചിരിക്കുമോ എന്ന് ഞാൻ സംശയിച്ചു. ദിവ സവും കാണുന്ന ആളെ കാണാതായപ്പോൾ പാതയും ശൂന്യമായതു പോലെ.

ഒരുദിവസം ഞാൻ പതിവുവിട്ട് കുറെ ഏറെ ദൂരം നടക്കുകയും ചെയ്തു. അങ്ങനെ നടന്നുപോകുമ്പോൾ റോഡരികിലെ രണ്ടു നിലക ളുള്ള വീട്ടിൽ നിന്നും ഒരു സ്ത്രീ കിതച്ചുകൊണ്ട് ഓടി വന്നു. 'ഒന്നു നിൽക്കൂ.....' എന്ന് എനിക്കു കേൾക്കാവുന്നത്ര ഒച്ചയിൽ അവർ പറയു ന്നുമുണ്ടായിരുന്നു. വളരെ വണ്ണം കൂടിയ അവർ കറുത്ത പൂക്കളുള്ള ഗൗണാണ് ധരിച്ചിരുന്നത്. കോണിപ്പടികൾ ധൃതിയിൽ ഇറങ്ങിയതുകൊ ണ്ടാകണം അവർ നന്നായി കിതയ്ക്കുന്നുമുണ്ടായിരുന്നു. അവരുടെ കണ്ണുകളിൽ നടുക്കവും പരിഭ്രമവും സഹിക്കാനാകാത്ത വിഷമവും ഭീതിയും ഒക്കെ നിറഞ്ഞിരുന്നു. 'ഒന്നകത്തേക്കു വരൂ .... അയാളിപ്പോൾ .....' ഗദ്ഗദം കൊണ്ട് ആ സ്ത്രീക്ക് ബാക്കി പറയാൻ കഴിഞ്ഞില്ല. അവർ ഭീതിയോടെ തടിച്ച ശരീരം കുലുക്കി അകത്തേക്കോടി. പിന്നാലെ ഞാനും.

മുകൾ നിലയിലെ ചിത്രപ്പണികളുള്ള തടിവാതിൽ ഞാൻ ചവിട്ടി പ്പൊളിച്ചപ്പോൾ മുന്നിൽ അയാൾ! ആ കാലുകൾ നിലത്തുനിന്നും കുറെ യധികം ഉയരത്തിലായിരുന്നു. മുഖത്തിന്റെ ഇരുകോണിലേക്കും തെന്നി മാറിനിന്ന് ഒരു വല്ലാത്ത ശൂന്യത ഉൾക്കൊണ്ട അയാളുടെ കണ്ണുകൾ തുറിച്ചുപോയിരുന്നു.

പിന്നെ ഞാനൊരിക്കലും വൈകുന്നേരത്തെ സവാരിക്ക് അയാളെ കണ്ടിട്ടേയില്ല.

7

സിംഹവും കുട്ടിയും ചില ചരിത്രസന്ദേഹങ്ങളും

കുട്ടിക്ക് നാളെ ചരിത്ര പരീക്ഷയാണ്. ചരിത്രം ചിലപ്പോഴൊക്കെ ഒരു വലിയ ചുമടാണ്.

വൈദ്യുതി വിളക്കിന് മങ്ങിയ വെളിച്ചമായിരുന്നു. അണക്കെട്ടുക ളിൽ വെള്ളം കുറവ്. ജനറേറ്ററുകൾ ഉറക്കത്തിലാണ്. മഴ, വെയിലി ലേക്കു തിരിച്ചുപോയി. പകർത്തെഴുത്തുബുക്ക് വിശറിയാക്കി കുട്ടി ആരാ ച്ചാരന്മാരുടെയും കബന്ധങ്ങളുടെയും കണക്കുകൾ ചവച്ചുതുപ്പി.

പരീക്ഷകൾ ചിന്തകളെ ചൂടുപിടിപ്പിക്കുന്നു. അവയ്ക്കു തണുക്കാൻ കാറ്റോ ജലമോ ഇല്ല.

പുസ്തകത്തിൽനിന്ന് എന്തോ ഒന്ന് കുട്ടിയുടെ നാവിൽ പറ്റി. അവന് വല്ലാതെ കയ്ക്കുകയും ചവർക്കുകയും ചെയ്തു. ഓർക്കാപ്പുറത്തെ രുചിവ്യത്യാസത്തിൽ വായിൽ നിറഞ്ഞ കൊഴുത്ത ഉമിനീർ അവൻ ജനാ ലവഴി പുറത്തേക്കു തുപ്പി.

ചരിത്രത്തിന്റെ ചവറുകൾ തിന്നുതിന്ന് താനൊരു പന്നിക്കുട്ടിയായി മാറിയേക്കുമോ എന്ന് കുട്ടി ഭയന്നു.

കോർപ്പറേഷന്റെ മാലിന്യ നിക്ഷേപക്കുനയ്ക്കടുത്ത് താമസിക്കുന്ന മെലിഞ്ഞ കൈകാലുകളും അവയിൽ കമ്മൽപ്പൂവിന്റെ ആകൃതിയുള്ള ചിരങ്ങുകളുമുള്ള പെൺകുട്ടി സ്കൂളിലെ ഉച്ചക്കഞ്ഞിനേരത്ത് കുട്ടിയോടു പറഞ്ഞു:

"ഞങ്ങൾക്ക് ചരിത്രമില്ല."

പെൺകുട്ടിയുടെ മാതാപിതാക്കൾ, തേഞ്ഞ ചരിതങ്ങൾ ആലേഖനം ചെയ്ത ചെരിപ്പുകൾ മിനുക്കിയെടുക്കുകയും പുതിയ വാറുകളും കൂട്ടി ചേർക്കലുകളും നൽകി അവയെ വെയിലിലേക്കും മഴയിലേക്കും തള്ളി യിട്ടുമിരുന്നു.

രാത്രികളിൽ തേയ്മാനം സംഭവിക്കാത്ത തെറിപ്പദങ്ങൾ ഉപയോ
ഗിച്ച് അവർ ചവർകുന കഴുകി വെടിപ്പാക്കി. സ്വന്തമായി ചാരായം വാറ്റി
ക്കുടിച്ച് അകത്തെയും പുറത്തെയും രോഗാണുക്കളെ നശിപ്പിച്ചു.

പുസ്തകത്തിൽ പീരങ്കിക്കടുത്ത് തൊങ്ങലുടുപ്പും തലപ്പാവും ധരിച്ച
സുന്ദരയുവാവിന്റെ ചിത്രമുണ്ടായിരുന്നു. യുദ്ധോപകരണങ്ങൾ പേറിയ
മിക്കവാറും എല്ലാപേരുടേയും ചിത്രങ്ങൾക്ക് ഭംഗിയുണ്ടെന്ന് കുട്ടി കണ്ടു
പിടിച്ചു.

"യുദ്ധം ചെയ്യുന്നവരെല്ലാം സുന്ദരന്മാരാണോ?"

കുട്ടി സംശയത്തോടെ സിംഹത്തെ നോക്കി. കുട്ടിയുടെ ചോദ്യ
ത്തിൽ സിംഹം അസ്വസ്ഥനായി.

സിംഹം ഒരു നാവികനായിരുന്നു. നാവികർ എപ്പോഴും ജലത്തെ
ക്കുറിച്ചുമാത്രമേ ചിന്തിക്കാറുള്ളൂ. ജലം ഏറ്റവും മനോഹരമായ ശ്മശാ
നഭൂമിയാണ്. അടക്കം ചെയ്യുന്ന മൃതദേഹങ്ങൾ ഒരിക്കലും ഉയിർത്തെ
ഴുന്നേറ്റുവരില്ല.

മരിച്ചവരുടെ ഓർമമാസമോ ബലിതർപ്പണമോ സ്മാരകശിലകളോ
ജലശ്മശാനത്തിന് ബാധകമല്ല. ജലനിരപ്പിനു മീതെ എന്തോ ഒഴുകി
നടക്കുന്നത് സിംഹം കണ്ടു. ആകാശത്തിന്റെ ഉള്ളിൽനിന്ന് പൊട്ടി മുള
ച്ച മിന്നൽവേര് അതിനെ തൊട്ടു. അപ്പോഴുണ്ടായ ചുവന്ന തിളക്കത്തിൽ
അതൊരു വലിയ രക്തക്കട്ടയാണെന്ന് സിംഹം നടുക്കത്തോടെ തിരിച്ച
റിഞ്ഞു.

എപ്പോൾ വേണമെങ്കിലും കപ്പൽച്ചേതം സംഭവിക്കാം. അതു തട
യാനെന്നോണം സിംഹം കയ്യുയർത്തി. അതിന്റെ കുറ്റിവിരലുകൾ
മിനുങ്ങി.

വിരലറ്റ കടൽപ്പടയാളികൾ ചരിത്രം വിരചിക്കുകയില്ല.

അപ്പോൾ ഹിറ്റ്ലറുടെ സ്വസ്തിക ചിഹ്നത്തിലൂടെ കുട്ടി കടന്നു
പോയി. കൊലപാതകങ്ങളുടെ ഉൾവശങ്ങൾ കുട്ടി തിരയുന്നത് കണ്ട്
സിംഹം ഗൂഢമായി സന്തോഷിച്ചു.

ചേദിക്കപ്പെട്ട അനേകമനേകം കരങ്ങൾ ജലപ്രവാഹത്തിനുമീതെ
പൊയ്ക്കൊണ്ടിരുന്നു. ഒടുവിൽ ശവപേടകത്തിനു പുറത്ത് കാറ്റിൽ മൃദു
വായി ചാഞ്ചാടിക്കൊണ്ട് വെളുത്തു തുടുത്ത കരങ്ങൾ രക്തവും ഇരുട്ടും
വീണ ഇടനാഴികളിലൂടെ കടന്നുപോയി. ശൂന്യമായ കൈത്തലത്തിൽ
വാൾത്തഴമ്പല്ലാതെ മറ്റൊന്നുമുണ്ടായിരുന്നില്ല.

ചരിത്രത്താളുകളിൽ തഴമ്പുകൾ അവശേഷിപ്പിച്ച് ഈ കൈകൾ
എവിടേക്കാണ് പോയ്മറയുന്നത്?

യുദ്ധം മടുക്കുന്നവനെ മഹാനെന്നു വിളിക്കുന്ന ക്രൂരഫലിതത്തി
ലൂടെ കുട്ടി കണ്ണുരുട്ടിക്കളിച്ചു.

തിരമാലകളുടെ മധ്യേയുള്ള തീത്തറയിൽ യുദ്ധചക്രവർത്തി
കൈകുത്തിയിഴഞ്ഞു. നാടുകടത്തപ്പെട്ട പോരാളികളുടെ ആത്മവിലാപ
ങ്ങളുടെ പരശ്ശതം കരങ്ങൾ ദ്വീപുകളിൽനിന്ന് ഇറങ്ങി വന്ന് കപ്പലുകളെ

പിടിച്ചുകുലുക്കി. വംശഹത്യകളുടെ മൂർത്തി വിഷം നിറച്ച പാത്രം ചുണ്ടോടുചേർത്തു. അവസാന തുള്ളിയും തീർന്ന് ചില്ലുപാത്രം വീണു ടഞ്ഞു.

ചരിത്രം ഉടഞ്ഞ കഥകളുടെ ബാക്കിപത്രമാണ്.

"വീണ്ടും കാപ്പി തട്ടിക്കളഞ്ഞല്ലോ." കുട്ടി പരിഭവിച്ചു.

"ഞാനെടുത്തു തരുമായിരുന്നല്ലോ." കുട്ടി മുടന്തി വന്നിരുന്ന് ചില്ലു കൾ പെറുക്കാൻ തുടങ്ങി.

"കൈ മുറിയരുത്. സൂക്ഷിച്ച് "സിംഹം പറഞ്ഞു. "അല്ലെങ്കിൽ മുത്ത ശ്ശിയെ വിളിക്."

"വേണ്ട . ഇതെനിക്കു ചെയ്യാനാകുന്നതേയുള്ളൂ." കുട്ടി അറിയിച്ചു.

നഷ്ടപ്പെട്ട കാപ്പിയുടെ ഇളം ചൂടിലേക്കു നോക്കി പകച്ചുകൊണ്ട് കുട്ടി ചോദിച്ചു: "വംശങ്ങളില്ലാതെയാകുമ്പോൾ പിതാമഹന്മാർ മരക്കൊ മ്പിൽ തലകീഴായിക്കിടന്ന് അഗ്നിയുടെ കാഠിന്യമേൽക്കുമെന്ന് മുത്തശ്ശി പറഞ്ഞിട്ടുണ്ട്."

"അതൊരു പ്രാചീന സമസ്യയാണ്. നിലനിൽപ്പാണ് പ്രധാനം." സിംഹം സടകുടഞ്ഞു. അതിന്റെ കുറ്റിവിരലുകൾ എഴുന്നുനിന്നു.

"എന്റെ പൂർവികരെല്ലാം സൈനികരായിരുന്നു. പടക്കളത്തിൽ വച്ചാണ് അവരെല്ലാം വീരമൃത്യു പുൽകിയത്. പക്ഷേ അവർ രാജാ വിന്റെ പടയാളികളായിരുന്നു." ഒറ്റൊരു അഭിമാനത്തോടെ സിംഹം പ്രസ്താവിച്ചു. "ഞാൻ രാജ്യത്തിന്റെ പടയാളിയും."

എന്നാൽ എന്റെ പിതാവിന് രാജ്യത്തിന്റെയോ രാജാവിന്റെയോ പട യാളിയാകാൻ കഴിഞ്ഞില്ല. വംശമാഹാത്മ്യം തന്നിലൊടുങ്ങുകയാണോ എന്ന കുറ്റബോധം അദ്ദേഹത്തെ വേട്ടയാടിയിട്ടുണ്ടാകണം. അതിനാൽ അദ്ദേഹം നാട്ടിലെ പേരെടുത്ത ചട്ടമ്പിയായിത്തീർന്നു. ഒടുവിൽ ആരു ടെയോ കത്തിമുനയിൽ വീരമൃത്യുവടഞ്ഞു. ഇനി നിന്റെ ഊഴമാണ്."

സിംഹം കുട്ടിയുടെ മുടന്തുള്ള ഇടതുകാലിലേക്കു കണ്ണുകൾ പായിച്ചു. കുട്ടി സിംഹത്തിന്റെ കണ്ണുകളിലേക്കു നോക്കി സൈ്ഥര്യ ത്തോടെ പറഞ്ഞു. "ഞാൻ യുദ്ധങ്ങളെ വെറുക്കുന്നു."

സിംഹം സ്തബ്ധനായി.

അപ്പോൾ കുട്ടിയുടെ ഉള്ളു നിറയെ പെൺകുട്ടിയായിരുന്നു. സ്കൂൾ വിട്ടുവന്ന ഒരു വെള്ളിയാഴ്ച വൈകുന്നേരത്ത്, മാലിന്യക്കുമ്പാരത്തിൽ നിന്നും പിറവിയെടുത്ത ഈച്ചയാർക്കുന്ന അഴുക്കുചാലിനരികെ പെൺകുട്ടി ഉറങ്ങിക്കിടന്നു. അവളുടെ ദേഹത്തെ ചിരങ്ങുകൾ രക്തവും ചലവും പടർന്ന് ഉറഞ്ഞിരുന്നു.

എല്ലാ നടുക്കങ്ങളും ഇങ്ങനെ പടർന്നലിഞ്ഞ് ഉറയാനുള്ളതാ ണെന്നും വ്രണങ്ങളും ഈച്ചകളും മാലിന്യത്തെ മാത്രമല്ല മനുഷ്യരെയും തിന്നുതീർക്കുമെന്ന തിരിച്ചറിവിൽ സ്കൂൾ നിലകൊണ്ടു.

ഒരൊഴിവുനേരം കുട്ടി, പെൺകുട്ടി ഉറങ്ങിക്കിടന്ന പ്രദേശത്തേക്കു പോയി. *കാറ്റ് സുഗന്ധത്തെ കൊണ്ടുവരുന്നു* എന്ന പുസ്തകത്തിലെ

അക്ഷരങ്ങളുടെ നേർക്ക് കുട്ടി മൂക്കുപൊത്തി.

അഴുക്കുചാലിന്റെ അടുത്തായി ചെളിപുരണ്ട, പുറം ചട്ടകളില്ലാത്ത മുഷിഞ്ഞ നോട്ടുബുക്ക് കുട്ടിയുടെ കണ്ണിൽപ്പെട്ടു. അതിലെ ഇളകിയ താളിൽ മഷി പടർന്ന തെറ്റക്ഷരങ്ങളിൽ ഇങ്ങനെ കുറിച്ചിരുന്നു. "പെൺകുട്ടി രുചികരമായ ഒരു ഭക്ഷണമാണ്."

പെൺകുട്ടിയുടെ ചിരങ്ങു പിടിച്ച മെല്ലിച്ചരൂപം അവന്റെ ഓർമയിൽ നിറഞ്ഞു. പെൺകുട്ടികൾ എങ്ങനെയാണ് ഭക്ഷണമാകുന്നത് എന്ന് അവന് തീരെ മനസിലായില്ല. തങ്ങളുടെ സ്കൂളിൽനിന്നും സമീപത്തുള്ള ഇംഗ്ലീഷ് മീഡിയം സ്കൂളിൽനിന്നും കാണാതായ നിരവധി കുട്ടികൾ ആരുടെ ഭക്ഷണമായിത്തീർന്നിട്ടുണ്ടാകും എന്ന് കുട്ടി ഭയന്നു.

'ആരും കാണാതെ പോകുന്ന കൊടുങ്കാറ്റാണ് കുട്ടികൾ' എന്ന് ഏതോ ഒരാവേശത്തിൽ മണ്ണിൽ എഴുതിയിട്ട് അവൻ തിരിഞ്ഞു നടന്നു.

സിംഹം തന്റെ കൈകൾ തിരിച്ചുംമറിച്ചും നോക്കി. വംശവൃക്ഷ ത്തിന് ഇളക്കം സംഭവിക്കുന്നത് അയാളെ അസ്വസ്ഥനാക്കി.

സിംഹം ഒരിക്കൽ തന്റെ കരങ്ങളെ വല്ലാതെ സ്നേഹിച്ചിരുന്നു. അതിന്റെ ദൃഢപേശികളിലും ചുരുണ്ടു തിങ്ങിയ രോമച്ചാർത്തിലും ആയു ധങ്ങളുടെ തഴമ്പുകളിലും അയാൾ ഊറ്റംകൊണ്ടിരുന്നു.

ചില രാത്രികളിൽ തനിക്ക് വിരലുകൾ കിളിർത്തു വന്നെന്നും താൻ യുദ്ധം ചെയ്യുന്നു എന്നും സിംഹം സ്വപ്നം കാണാറുണ്ട്. ശത്രുസേന കളുടെ നേർക്ക് ആവേശപൂർവം നിറയൊഴിക്കുമ്പോഴേക്ക് കുറ്റിവിരലു കൾ വല്ലാതെ ത്രസിച്ചു നിൽക്കും.

പിന്നെ ഞെട്ടിയുണർന്ന് ഇരുട്ടിലേക്ക് തുറിച്ചുനോക്കി കിടക്കും. അരികിൽ സുഖനിദ്രയിലാണ്ട് കുട്ടിയുണ്ടാകും. അപ്പോൾ അയാൾ "ആനന്ദ"ത്തെക്കുറിച്ചോർക്കും. ദുർബലമായ കാലുകളും കൈവിരലു കളുമില്ലാത്ത സിംഹത്തിനോട് ആനന്ദത്തിന് ആദ്യം കനിവായിരുന്നു. പിന്നെ പിന്നെ എന്തായിരുന്നുവോ?

സിംഹത്തിന്റെ മുറിവിരലുകൾ തന്റെ ശരീരത്തിലൂടെ ഇഴയുമ്പോൾ അവൾക്ക് മനംപുരട്ടൽ വന്നു. രാത്രികളിൽ പതിവായി ഛർദിച്ചു. ഒടുക്കം വിരലറ്റ സിംഹത്തിനെയും മുടന്തനായ കുട്ടിയെയും ഉപേക്ഷിച്ച് അവൾ എവിടേക്കോ പോയി.

സിംഹത്തിന് ഇപ്പോൾ പടവെട്ടണമെന്നു തോന്നി. ഇരുട്ടിൽനിന്നും രൂപങ്ങളും ശബ്ദങ്ങളും ഉയർന്നുവന്നു. അവ അയാളോട് വിവിധ ഭാഷ കളിൽ സംവദിക്കുകയായി. പക്ഷേ എല്ലാറ്റിന്റെയും അടിസ്ഥാനഭാവം ഒന്നുതന്നെ. വേദന, അസ്ഥിരത.

ചരിത്രത്തിന്റെ നരകകാണ്ഡങ്ങളിലൂടെ കുട്ടി സഞ്ചരിച്ചുഴന്നു. ഹിറ്റ്ലറുടെ ഗ്യാസ് ചേംബറുകളിലെ നാരകീയ വംശഹത്യകളിലൂടെ, പാട്ടത്തിനെടുത്ത ദ്വീപസമൂഹങ്ങളിലെ അറിയപ്പെടാതെ പോകുന്ന നര ഹത്യകളിലൂടെ, അബുഗ്രായിബിലെ മരണവഴികളുടെ ആധുനിക ചിന്ത കളിലൂടെ, മലിനജലക്കുഴലുകളും ഭൂഗർഭ അറകളും ഒളിയിടങ്ങളാ

ക്കിയ ഏകാധിപതികളുടെ അശാന്തമായ ഏകാന്തതകളിലൂടെ കുട്ടി കോട്ടകൾ പണിതു.

"എല്ലാമറിയാമെങ്കിൽ പോലും പടയാളികൾക്ക് യുദ്ധം ചെയ്യാതി രിക്കാനാകില്ല. അതവരുടെ ചിട്ടപ്പെടുത്തിവച്ചിരിക്കുന്ന കർമകാണ്ഡ മാണ്. അതു തുടർന്നുകൊണ്ടേയിരിക്കും. ചരിത്രങ്ങൾ ഉണ്ടാകുന്നത് പടയാളികളിലൂടെയാണ്." സിംഹം ആരോടെന്നില്ലാതെ പറഞ്ഞു.

എഴുപതിനായിരം ശിരസുകൾകൊണ്ട് പിരമിഡുണ്ടാക്കിയ ടൈമൂ റിന്റെ കുതിരകൾക്കു പിന്നാലെ പാഞ്ഞുകൊണ്ട് കുട്ടി പുസ്തകമടച്ചു വച്ചുചോദിച്ചു:

"രക്തദാഹികളിൽ നിന്നും മഹാന്മാരിലേക്കുള്ള ദൂരം കേവലം ഒരു പരീക്ഷയല്ലേ?"

മുറിക്കുള്ളിൽ മൗനത്തിന്റെ ആഴംകൂടി. നിശ്ശബ്ദതയിൽനിന്ന് നര കത്തിന്റെ വിവിധ മുഖങ്ങൾ ഉയർന്നുവന്നു. അതിർത്തികൾക്കുള്ളിൽ പേരുകൾ മാത്രം മാറിക്കൊണ്ട് കലാപങ്ങൾ ചിത്രപ്രദർശനങ്ങൾ നടത്തി.

"ഒരാൾക്ക് മറ്റൊരാളെ എങ്ങനെയൊക്കെ വേദനിപ്പിക്കാം, ഏതെല്ലാം തരത്തിൽ ഇല്ലാതെയാക്കാം എന്ന പരീക്ഷണങ്ങളല്ലേ നടക്കുന്നത്? ഒരാൾക്ക് മറ്റൊരാളെ എങ്ങനെയെല്ലാം സ്നേഹിക്കാം എന്ന പരീക്ഷ ണങ്ങൾ ഉണ്ടാകാത്തതെന്തുകൊണ്ടാണ്?"

നരകത്തിന്റെ വാതിൽക്കൽനിന്ന് കുട്ടിയുടെ ശബ്ദത്തിലുയർന്ന ചോദ്യം സിംഹത്തിനെ കടന്നുപോയി. അപ്പോൾ അയാൾ തന്റെ കൈക ളിലേക്ക് ആദ്യമായി നോക്കി. ശൂന്യസ്ഥലികൾ കണ്ട് അയാൾക്ക് ഓക്കാനം വന്നു.

പൊടുന്നനെ ആകാശത്തിന്റെ വാതിൽ തുറന്നു. പഴകി നരച്ച ഇരു ട്ടിലൂടെ സിംഹത്തിന്റെ മുന്നിലേക്ക് ക്ലേശങ്ങളുടെ പുസ്തകം വന്നു വീണു. ഒരു പടയാളിയുടെ ഔദ്ധത്യത്തോടെ അയാൾ ആ പുസ്തകം എടുത്തു. അയാളുടെ കൈ പൊള്ളിക്കുമിളച്ചു. വേദനയുടെയും മരണ ത്തിന്റെയും അക്ഷരങ്ങൾ അസ്ഥികളുടെ ധൂളികൾകൊണ്ട് അതിൽ രേഖ പ്പെടുത്തിയിരുന്നു. രാജ്യത്തിനു വേണ്ടി ആയാലും രാജാവിനുവേണ്ടി ആയാലും യുദ്ധങ്ങൾ വേദനയുടെയും വ്യർഥതയുടെയും തിളങ്ങുന്ന മുർഹരകളാണ് നേടുകയും നൽകുകയും ചെയ്യുന്നതെന്ന് സിംഹത്തിന്റെ പ്രജ്ഞയിലേക്ക് മിന്നൽവെട്ടം പരന്നു. ദുർബലകരങ്ങൾ കൊണ്ട് ആകു ലതകളുടെയും അസ്വസ്ഥതകളുടെയും പെരുവെള്ളങ്ങളെ അധികകാലം തടഞ്ഞുനിർത്താനാകില്ല എന്ന് നടുക്കത്തോടെ സിംഹം തിരിച്ചറിഞ്ഞു.

ഉച്ചി മുതൽ ഉള്ളംകാൽ വരെ ചിരങ്ങുകിളിർത്ത രൂപങ്ങൾ മാലിന്യ ക്കുമ്പാരങ്ങളുടെ ഇടയിൽനിന്നും ഇറങ്ങി വന്നു. വലിയ തലയും തേഞ്ഞ കൈകാലുകളും വിചിത്രാവയവങ്ങളുമുള്ള അനേകമനേകം മനുഷ്യരൂപ ങ്ങൾ കുട്ടിക്കരികിലൂടെ നിശ്ശബ്ദം നടന്ന് ഇരുട്ടിൽ മറഞ്ഞു. എല്ലാം ഒളിയുദ്ധങ്ങളുടെ ജീവനുള്ള ചവറുകൾ.

കുട്ടി ഇരുട്ടിന്റെ ഇടവഴിയിലൂടെ നടന്നുപോയി. പരീക്ഷകളും ആർത്തി പിടിച്ച വയറുകളും അവനറിയാതെ അവനെ കാത്തിരുന്നു.

പൊള്ളുന്ന മണൽവഴികളുടെ ഉടലിടങ്ങളിൽ നിന്ന് വൻ വൃക്ഷങ്ങൾ ഉയർന്നുവന്നു. എല്ലാം കറുത്ത നിറമുള്ളവ. ഇലയേതുമില്ലാത്ത മര ത്തിന്റെ തായ്ത്തടിയിലും ചില്ലകളിലും കാണപ്പെട്ട വ്രണങ്ങളിൽനിന്നും രക്തവും ചലവും പൊട്ടിയൊഴുകിക്കൊണ്ടിരുന്നു. ഓരോ ശാഖിയിൽ നിന്നും ഉയർന്നുവന്ന നിലവിളികളുടെ മിന്നൽത്തിളക്കമുള്ള കൂർത്ത ചീളുകൾ ഭൂമിയെയും ആകാശത്തെയും തുളച്ചുകടന്നു.

ജീവിതത്തിന്റെ പഴങ്കഥകളിൽനിന്നും ഉള്ളുപൊള്ളിക്കുന്ന നേരു മാത്രമേ ഉയർന്നു വരികയുള്ളൂ എന്നും എല്ലാ പടവാളുകളും അർഥമി ല്ലായ്മകളുടെ ചളിയും പായലും നീക്കാനുള്ളതാണെന്നും ഒരു നടുക്ക ത്തോടെ സിംഹം അറിഞ്ഞു.

യാത്രയുടെ പാതിയിടങ്ങളിൽ മുടന്തൻ രൂപങ്ങളുടെ അടയാളങ്ങൾ പ്രദർശിപ്പിച്ച് അനേകമനേകം ജീവരൂപങ്ങൾ പൊയ്ക്കൊണ്ടിരുന്നു. ഉടൽഛേദം സംഭവിച്ച പെൺരൂപങ്ങളിൽനിന്നും ചിത്രവധം ചെയ്യപ്പെട്ട ആൺരൂപങ്ങളിൽ നിന്നും ഉരുകിയിറങ്ങിയ രക്തപ്പുഴകൾ തമ്മിൽ പിണഞ്ഞ് സിരാപടലങ്ങളിലൂടെ കുത്തിയൊഴുകി.

കുപ്പായങ്ങൾ അടുക്കിവച്ച പഴയ പെട്ടിക്കടിയിൽനിന്ന് സിംഹം ഒരു കത്തി പുറത്തെടുത്തു . മുറിവിരലുകളുടെ ഉളിക്കൂർപ്പിനിടയിൽ കത്തി മുറുക്കി അയാൾ സിംഹം എന്ന വിളിപ്പേരിനെ കുത്തിക്കീറി. പിന്നെ തന്റെ പഴയപേർ എന്തെന്ന് ഗാഢമാലോചിച്ചുകൊണ്ട് കുട്ടി പോയ വഴിയെ നോക്കിക്കിടന്നു.

8

ചുവന്നവാതിൽ

സൂചീമുഖൻ എന്ന യുവാവിനുണ്ടായ അസ്തിത്വദു:ഖം പരിഹരി
ച്ചതിനുശേഷമാണ് അയാളുടെ മുഖം ക്ഷൗരം ചെയ്യണമെന്ന് മാനസി
കോല്ലാസത്തിൽ ഒരു പേജുനിറയെ ബിരുദങ്ങളുള്ള ഡോ. ചിത്രഗുപ്തൻ
നിർദേശിച്ചത്.

സൂചീമുഖൻ തന്റെ എണ്ണക്കറുപ്പുള്ള താടിയും മീശയും കാലാ
കാലങ്ങളായി വളർത്തിക്കൊണ്ടുവരികയായിരുന്നു. കൃത്യമായി പറ
ഞ്ഞാൽ അങ്ങനെയൊന്നു കിളിർക്കാൻ തുടങ്ങിയകാലം മുതൽ. ഒരു
യുവാവിന്, അതും നല്ല ഗ്രോത്തുള്ള താടിയും മീശയും ഉള്ള യുവാ
വിന് അത് വളർത്തുന്നതും പരിരക്ഷിക്കുന്നതും തന്റെ അവകാശമാ
ണ്. അതിൽ കൈവയ്ക്കുന്നത് ആത്മാഭിമാനത്തിനു ക്ഷതം സംഭവി
ക്കുംപോലെയാണ്.

അസ്തിത്വദു:ഖം ആർക്കും ഉണ്ടാകാം. ഏതു പ്രായത്തിലും. അതിന്
കുറച്ചു ചിന്തകൾ വേണം. ജീവിതത്തെക്കുറിച്ചുള്ള കാഴ്ചപ്പാടുകൾ
വേണം. എല്ലാറ്റിലുമുപരി 'മായ'യുടെ അടിസ്ഥാന തത്വങ്ങൾ അറിഞ്ഞി
രിക്കുകയും അതിനെക്കുറിച്ചുള്ള ചിന്തകളിൽ തലപുകയ്ക്കുകയും
വേണം.

പക്ഷേ ഇതൊന്നുമില്ലാതെ തന്നെ അസ്തിത്വദു:ഖം ഉണ്ടാകാം.
അത് എങ്ങനെ വരും എന്ന് ഡോ.ചിത്രഗുപ്തനെപ്പോലെയുള്ളവർക്കേ
അറിയാവൂ.

ഇനി സൂചീമുഖന്റെ മുഖത്തെപ്പറ്റി. അയാളുടെ മുഖത്തെ
സ്ട്രൈക്കിങ്ങായിട്ടുള്ള ഭാഗം പുരികങ്ങളാണ്. കറുത്ത് ഇടതൂർന്ന പുരി
കം. സാമുദ്രിക ശാസ്ത്രപ്രകാരം പണ്ഡിതരും ഭാഗ്യശാലികളുമാണി
വർ. പക്ഷേ അസ്തിത്വദുഃഖം ബാധിച്ചവർക്ക് ഇതു ബാധകമാണോ
എന്നറിയില്ല.

നടുക്കുയർന്ന നാസികയും നീൾമിഴികളും അയാളെ പ്രത്യേക കോണുകളിലൂടെ വീക്ഷിക്കുവാൻ പ്രേരിപ്പിക്കുന്നു. കൂടാതെ കറുത്ത ഇടതൂർന്നതാടിയും, സംസാരിക്കുമ്പോൾ ചലിക്കുന്ന കൺമുഴയും. എന്തൊക്കെയായാലും അയാളുടെ ഭാഷണങ്ങൾ, ചിന്താശകലങ്ങൾ തികച്ചും സത്യങ്ങളായിരുന്നു എന്ന് ഡോ. ചിത്രഗുപ്തനറിഞ്ഞു. ഇത്തരം ചിന്തകൾ ഇക്കാലത്ത് മാനസികോല്ലാസത്തിനേ ഉതകൂ എന്നതുകൊണ്ട് ഡോ. ചിത്രഗുപ്തൻ അവയെ നിർമമമായി തള്ളിക്കളയേണ്ടി വന്നു. അതിന് അദ്ദേഹത്തിന് താൻ വാങ്ങിക്കൂട്ടിയ ഒരു പേജു വരുന്ന ബിരുദ ങ്ങൾ ഒട്ടൊന്നുമല്ല സഹായിച്ചത്.

ഡോ. ചിത്രഗുപ്തൻ വളരെയധികം തിരക്കുള്ള ഒരു മനോരോഗ വിദഗ്ധനാണ്. ഇക്കാലത്ത് ഏറ്റവും തിരക്കുള്ളതും ഈ വക ഡോക്ടർമാർക്കാണല്ലോ. കുടുംബബന്ധങ്ങളിലെ അസ്ഥിരത, സാമ്പ ത്തിക കാര്യങ്ങളിലെ വീക്ഷണമില്ലായ്മ, ഭരണരംഗത്തെ അപകത മുത ലായവകൊണ്ട് അസംതൃപ്തമായ ഒരു സമൂഹത്തിൽ മാനസിക പ്രശ്നങ്ങൾ ജലദോഷം പോലെയാണ്. അതുകൊണ്ട് തങ്ങളെപ്പോലെ യുള്ളവരുടെ സേവനം ഓരോ ജംഗ്ഷനിലും ലഭ്യമാക്കണം എന്ന അഭി പ്രായക്കാരനാണ് ഡോ. ചിത്രഗുപ്തൻ.

ഡോക്ടറുടെ ഉത്തമ സ്നേഹിതരിൽ ഒരാളാണ് അഡ്വ. ബിനോയ് വർഗീസ്. ഗരുഡനാസികയുള്ള ഒരു പൊക്കക്കാരൻ. അദ്ദേഹം ഒരിക്കൽ ഡോ. ചിത്രഗുപ്തനോടു പറഞ്ഞത്, "ഞങ്ങളുടെ അടുത്താണ് ഏറ്റവും കൂടുതൽ ജലദോഷക്കാർ വരാറുള്ളത്. എന്നാൽ ഞങ്ങളത് ചിക്കുൻഗു നിയയാക്കി മാറ്റും."

"എന്നാൽ പിന്നെ തന്റെ ഓഫീസിന്റെ ഒരറ്റത്ത് ഞാനും കൂടി ഇരു ന്നോട്ടെ" എന്ന് ചോദിക്കാനാണ് ചിത്രഗുപ്തന് തോന്നിയത്. ബിനോയ് വർഗീസ് അൽപ്പം മുൻകോപിയായതിനാൽ വേണ്ടെന്നു വച്ചു.

ബിനോയ് വർഗീസ് രസകരമായ ഒരു സംഭവം ഡോക്ടറെ കേൾപ്പിച്ചു. ആസിഡ്ബൾബുകൾ എറിഞ്ഞുകളിക്കാൻ തൽപ്പരനായ അദ്ദേഹത്തിന്റെ കക്ഷി ഒരിക്കൽ പറഞ്ഞുവത്രേ "സാറിന് ഏതെങ്കിലും ശത്രുക്കളുണ്ടെങ്കിൽ പറഞ്ഞാൽ മതി ഞാനവരെ ആസിഡ് ബൾബ് എറിഞ്ഞ് ശരിയാക്കിക്കൊള്ളാം ജയിലൊന്നും എനിക്കൊരു പ്രശ്നമല്ല" എന്ന്. തന്റെ വിരോധികളോടാണ് ആദ്യകാലത്ത് അവനങ്ങനെ ചെയ്തി രുന്നതെങ്കിൽ ഇപ്പോൾ സ്നേഹം തോന്നുന്നവർക്കുവേണ്ടി പ്രതിഫലം പറ്റാതെ സഹായം ചെയ്തു കൊടുക്കാനുള്ള സന്മനസും ഉണ്ടായിത്തുട ങ്ങി.

അതിനാൽ ഡോ. ചിത്രഗുപ്തൻ ആസിഡ് ബൾബുകൾ സമൂഹ ത്തിൽ ഉണ്ടാക്കുന്ന പൊള്ളലുകളെക്കുറിച്ച് 'മനഃശ്ശാസ്ത്രം' മാസികയിൽ ഒരു ലേഖനം എഴുതി ആശ്വസിച്ചു.

തുളച്ചുകടക്കുന്ന നോട്ടത്തിന്റെ ഉടമയാണ് ഡോ. ചിത്രഗുപ്തൻ. ഏതാണ്ട് ആദ്യനോട്ടത്തിൽത്തന്നെ രോഗിയുടെ വിവരങ്ങൾ അയാൾ

ചോർത്തിയെടുക്കും. അതിനുശേഷം ആ വ്യക്തിയും താനും തമ്മിൽ എത്രമാത്രം ബന്ധമുണ്ടെന്ന് കണ്ടുപിടിക്കും. വിസ്മയകരമായ വസ്തുത 'രോഗി'യായി വരുന്നയാളിന്റെ തൊണ്ണൂറ്റഞ്ചു ശതമാനം സകല പ്രശ്ന ങ്ങളും തനിക്കും ഉണ്ടെന്ന് ഡോക്ടർ കണ്ടെത്തിയിട്ടുണ്ട്. ബാക്കി അഞ്ചു ശതമാനം വച്ച് തന്റെ ഒരു പേജുവരുന്ന ഡിഗ്രികളുടെ ബലത്തിൽ ഓവർകം ചെയ്യുകയാണ് പതിവ്.

പക്ഷേ സൂചീമുഖന്റെ കാര്യം അങ്ങനെയല്ല. അയാളുടെ പ്രശ്ന ങ്ങൾ കേട്ടപ്പോൾ അത് താനും വളരെക്കാലമായി ചുമന്നുനടക്കുന്നതാ ണല്ലോ എന്നാണ് ഡോക്ടർക്ക് തോന്നിയത്. പിന്നെ താൻ ഒരു ഡോക്ടർ ആയതുകൊണ്ട് ഇത്തരം പ്രശ്നങ്ങളെ അവധാനതയോടെ നേരിടണമെന്നും.

"ഡോക്ടർ എനിക്ക് ആത്മാവുണ്ട്" സൂചീമുഖൻ അസന്നിഗ്ധമായി പറഞ്ഞു. ഇതുപോലുള്ള എത്ര ആത്മാക്കളെ താൻ കണ്ടിരിക്കുന്നു എന്ന മട്ടിൽ ഡോക്ടർ അത് ശരിവച്ചു.

സൂചീമുഖന് അത് അത്രയ്ക്കങ്ങോട്ട് വിശ്വാസമായില്ല. അയാൾ ഡോക്ടർക്ക് ആത്മാവിനെ പരിചയപ്പെടുത്തിക്കൊടുത്തു.

"സർ, ഇത് നാം സിനിമയിൽ കാണുംപോലത്തെ ഒന്നല്ല. കണ്ണാടി യിൽ പ്രത്യക്ഷപ്പെട്ട് കറുത്ത വസ്ത്രം ധരിച്ച് തിന്മ പറഞ്ഞുകൊടുക്കു കയും വെളുത്തവസ്ത്രം ധരിച്ച് നന്മ പറഞ്ഞുകൊടുക്കുകയും ചെയ്യുന്ന ഒന്നല്ല. ഇതുപിന്നെ എന്താണു ഞാൻ പറയേണ്ടത്?... ഇത്... ഒരാ ത്മാവാണ്!"

"നിങ്ങൾ പറയൂ. എനിക്ക് ആത്മാക്കളിൽ വിശ്വാസമുണ്ട്." ഡോ ക്ടർ പ്രോത്സാഹിപ്പിച്ചു.

സൂചീമുഖൻ തുടർന്നു. "ആത്മാവ് എന്നോടു പിണങ്ങി വലത്തോട്ടു തിരിഞ്ഞ് മൂന്നാമത്തെ ഇടവഴിയേ പോകും. അതിന് ദേഷ്യംവരുമ്പോ ഴൊക്കെ അങ്ങനെയാണ്. പാടില്ലെന്ന് എങ്ങനെ പറയാൻ പറ്റും? ആത്മാ വല്ലേ..?"

വഴിചെന്നു നിൽക്കുന്നത് വസുന്ധരാവർമ്മയുടെ മാളികയുടെ മുന്നി ലാണ്. മഞ്ഞച്ചുമരുകളും ചുവന്നജനാലകളും വാതിലുകളുമുള്ള മാളി ക. അതിനൊരു ഗേറ്റുണ്ട്. അവൾക്കതൊന്ന് അടച്ചിട്ടുകൂടെ? നാശം. അവൾ അതങ്ങനെ എപ്പോഴും തുറന്നിട്ടുകൊണ്ട് ആത്മാവിനെ ഇപ്പോൾ ആവാഹിച്ചുകളയും എന്ന മട്ടിൽ ചുവന്ന വാതിൽ തുറന്നിട്ടുകൊണ്ട് ഒരു നിൽപ്പാണ്! കത്തുന്ന ചിരിയുമായി. അതിലിപ്പോൾ ഏതാത്മാവാ യാലും ഒന്നു കത്തിപ്പോകും!

തനിക്കങ്ങനെ ഒരു ആത്മാവില്ലാതെ പോയല്ലോ എന്നോർത്ത് ഡോക്ടർക്ക് സത്യമായും ഖേദം തോന്നി. ചുവന്ന വാതിലും കത്തുന്ന ആത്മാവും അദ്ദേഹത്തിന്റെ നെഞ്ച് നീറ്റി. ബാക്കി കേൾക്കാൻ അയാൾ കാതുകൂർപ്പിച്ചു.

"പല പ്രാവശ്യം എന്റെ ആത്മാവ് ആ ഗേറ്റിങ്കൽ ചെന്നു

നീറിപ്പുകഞ്ഞു തിരിച്ചു പോന്നതാണ്. പക്ഷേ ഒരിക്കൽ തുറന്നിട്ട ഗേറ്റിങ്കലൂടെ ആത്മാവ് അകത്തുകടന്നു. ചുവന്ന വാതിലുകൾക്കപ്പുറം വസുന്ധരാവർമ്മ ഒരു സ്ത്രീയേയല്ല. അതൊരു ഹിംസ്രജീവിണിയാ ണ്.!"

"ജീവിണി" എന്നപ്രയോഗം ഡോക്ടർക്കൽപ്പം രസിച്ചു. താനൊരു ഡോക്ടറാണെന്നതു മറന്ന് അദ്ദേഹം മനസുകൊണ്ട് മൂന്നാമത്തെ ഇട വഴി താണ്ടാൻ തുടങ്ങി.

"ഞാനൊരാണല്ലേ ഡോക്ടർ...... ഞാൻ വേണ്ടേ അവളെ........ പക്ഷേ എനിക്കൊരു സാവകാശം കിട്ടുംമുമ്പ്..... ചിന്തിക്കാൻ തുടങ്ങും മുമ്പ് അവൾ എന്നെ ഡൈനിംഗ് ടേബിളിലേക്കു വലിച്ചെറിഞ്ഞു. അവളുടെ പല്ലുകളുടെ മൂർച്ചയോ നഖങ്ങളുടെ താഴ്ചയോ രോമവേരുകളുടെ മുറു ക്കങ്ങളോ ഞാനറിഞ്ഞില്ല. അവൾ അടിത്തട്ടുകാണാനാകാത്ത ചുഴിയാണെന്നുമാത്രം തിരിച്ചറിഞ്ഞു. ഒടുവിൽ ക്ഷീണിച്ചവശനായ ഞാൻ തൊണ്ടവറ്റി ഇത്തിരി വെള്ളം ചോദിച്ചപ്പോൾ കത്തുന്ന പൊട്ടിച്ചി രിയോടെ അവളെന്നെ ആട്ടിപുറത്താക്കി......"

"എന്റെ ഡോക്ടർ....." സൂചീമുഖൻ വിലപിച്ചു. "എനിക്കിപ്പോൾ ആത്മാവില്ല.!"

പക്ഷേ ഡോ. ചിത്രഗുപ്തൻ അതൊന്നും ശ്രദ്ധിച്ചതേയില്ല. അദ്ദേ ഹത്തിന്റെ മനസുനിറയെ ചുവന്ന വാതിലും കത്തുന്ന ചിരിയുമായിരു ന്നു.

"നിങ്ങൾ പോയ വലത്തോട്ടുള്ള വഴിയെവിടെയാണ്?" സഹികെട്ട് ഡോക്ടർ ചോദിച്ചു.

"വേണ്ട ഡോക്ടർ, അങ്ങേയ്ക്കും ആത്മാവിനെ നഷ്ടപ്പെടും."

എത്ര നിർബന്ധിച്ചിട്ടും വാതിലിലേക്കുള്ള വഴി സൂചീമുഖൻ പറ ഞ്ഞുകൊടുത്തില്ല.

"നിങ്ങളുടെ ആത്മാവിനെ തിരികെ കൊണ്ടുവരുന്നതിന് അതറി യേണ്ടത് ആവശ്യമാണ്." ഡോക്ടർ അവസാനത്തെ അടവും പരീ ക്ഷിച്ചു.

ആത്മാവില്ലാത്ത ആളിന് ഒരു ആത്മാവിനെ നൽകുക അത്ര പ്രയാ സമുള്ള കാര്യമല്ല. അതും ലക്ഷോപലക്ഷം ആത്മാവുകൾ ഇങ്ങനെ അലഞ്ഞുതിരിഞ്ഞു നടക്കുന്ന ഇക്കാലത്ത്. അത്തരം പണികൾ ഡോക്ടർ ചിത്രഗുപ്തനെ സംബന്ധിച്ച് ഒരു മാനസികോല്ലാസമായിരു ന്നു. എങ്കിലും സ്വന്തം മാനസികോല്ലാസത്തിന് വഴികൾ വിലങ്ങുതടി യാകുന്നത് ഡോക്ടറുടെ ഉറക്കം കെടുത്തി. ചുവന്ന വാതിൽ സ്വപ്നം കണ്ട് അയാൾ ഞെട്ടിയുണർന്നു. കത്തുന്ന ചിരിയുടെ ചൂടിൽ പുകഞ്ഞു വെന്തു. തീൻമേശയും ആഴച്ചുഴിയും അയാളുടെ വിശപ്പുകൂട്ടി. കത്തുന്ന വിശപ്പോടെ വഴിതേടി അയാൾ ഉച്ചവെയിലിലേക്കിറങ്ങി.

www.ingramcontent.com/pod-product-compliance
Lightning Source LLC
LaVergne TN
LVHW092032190726
843493LV00002B/656